உனக்குள் ஒரு தலைவன்

முனைவர்.சி.சைலேந்திரபாபு இ.கா.ப.

விஜயா பதிப்பகம்

20, ராஜ வீதி,
கோயம்புத்தூர் - 641 001.
vijayapathippagam2007@gmail.com

உனக்குள் ஒரு தலைவன்
Unakkul Oru Thalaivan

ஆசிரியர் : **C. சைலேந்திர பாபு இ.கா.ப.**

பத்தாம் பதிப்பு : 2022

விஜயா பதிப்பகம்

20, ராஜ வீதி, கோயம்புத்தூர் - 641 001.

📞 0422 - 2382614 / 📱 90470 87053

vijayapathippagam2007@gmail.com

ஒளியச்சு / புத்தக வடிவமைப்பு : **தத்ரூபா கிராபிக்ஸ், கோவை.**

அட்டை வடிவமைப்பு : **மௌஸ் பாய்ண்ட், சென்னை.**

அச்சாக்கம் : **ஜோதி எண்டர்பிரைசஸ், சென்னை - 5.**

ISBN - 81-8446-273-5 / பக்கம் : 104/ விலை : ரூ.100/-

இந்நூலை படிக்கும்
உங்களுக்காகவே
இந்நூல்
அர்ப்பணிக்கப்படுகிறது.

முன்னுரை

மாணவர்களே!

உங்கள் கைகளில்தான் இந்தியாவின் எதிர்காலம் இருக்கிறது என்று எல்லோரும் சொல்கிறார்கள்.

உங்கள் முன்னோரைவிட அறிவிலும், திறமையிலும், செயல்பாட்டிலும், மனப்பான்மையிலும் நீங்கள் பன்மடங்கு சிறந்து விளங்க வேண்டும் என்று சமுதாயம் எதிர்பார்க்கிறது. ஜப்பானியர்களோடு, அமெரிக்கர்களோடு, சீனர்களோடு போட்டியிட்டு வெற்றி பெற்றால்தானே சர்வதேச அளவில் இந்தியா சாதனை படைக்க முடியும். உலகச் சந்தையில் வெற்றி பெறுகின்ற நாடுதான் முன்னேற முடியும். சமுதாயத்தின் எதிர்பார்ப்பு சரியானதே! அதில் தவறில்லை.

உங்களுடைய பெற்றோர்களுக்கு நிறைய கனவுகள். அவை அவர்களைப் பற்றியதல்ல; உங்களைப்பற்றி! நம் நாட்டில் பெற்றோர்களுடைய நல்வாழ்க்கை, பிள்ளைகளைப் பொறுத்தே அமைகின்றது. நீங்கள் நலம் என்றால் அவர்களும் நலம். நீங்கள் வெற்றி பெற்றால் அவர்களுக்கும் பெரிய வெற்றி பெற்ற திருப்தி.

உங்களுக்கென்று ஓர் எதிர்காலம் உண்டு. இந்த உலகில் உங்களுக்கென்று ஓர் இடம் உண்டு. எப்பாடுபட்டாவது அதைக்

கண்டுபிடிக்கவேண்டும். சாதனை என்பது அதுதான். தலைமைப் பண்புகளை வளர்த்தால் மட்டுமே சாதனைகளைப் படைக்க முடியும். அதற்கான நேரிடையான, யதார்த்தமான வழிகாட்டி தான் இந்நூல்.

ஒரு விதைக்குள் ஓர் ஆலமரம் மறைந்திருப்பதைப் போல, உங்களுக்குள் பலவிதமான திறமைகள் ஒளிந்து கிடக்கின்றன. அவற்றைக் கண்டறிந்து வளர்த்து ஓர் ஆலமர மனிதனாக நீங்கள் உருவாக வேண்டும். கம்பளிப்புழு கூட்டைக் கிழித்து பட்டாம்பூச்சியாக வெளி வருவதைப்போல திறமை களை வளர்த்துக் கொண்டு வெளியில் வர வேண்டியது நீங்கள் தான். முட்டையை உடைத்து வெளிவரும் கோழிக் குஞ்சைப் போல் வெளியே வந்து நீங்கள் யார் என்று உலகிற்கு தெரியப்படுத்துங்கள்.

மாணவர்களே! இறந்தபின் உறங்குவதற்கு நிறைய நேரம் கிடைக்கும். இப்போது நீங்கள் எழுந்திருங்கள். சாவதற்கு முன்னால் சாதித்துக் காட்டுங்கள்.

காத்திருந்தால் உன்னை காற்றென்று கருதி விடுவார்கள். புறப்படு. நீ ஒரு புயலென்பதை புரிய வை.

புறப்பட்டபின் நின்று விடாதே! ஜெயிக்கும்வரை குதிரையைப் போல் ஓடு! ஜெயித்தபின் குதிரையை விட வேகமாக ஓடு! இறுதிவரை போராடு! போராளிக்குத் தோல்வி இல்லை.

வெற்றி பெற வாழ்த்துக்கள்!

அன்புடன்
சி.சைலேந்திரபாபு

1

நாம் நல்ல நண்பர்கள்

ஆசிரியர்கள் தினம் மிக மிக முக்கியத்துவம் வாய்ந்த தினம். செப்டம்பர் 5 டாக்டர் இராதாகிருஷ்ணன் பிறந்த நாள் – ஆசிரியர் தினமாக அனைவராலும் போற்றிக் கொண்டாடப் படுகிறது.

சில நாட்களுக்கு முன்பு ஒரு தினம் வந்தது. "நண்பர்கள் தினம்". இப்போது "தந்தையர் தினம்", "அன்னையர் தினம்" என்று ஒவ்வொரு நாளும் ஒரு குறிப்பிட்ட தினம் என்றாகி விட்டது.

என்னுடைய மகனுக்கு எட்டு வயதாகிறது. நண்பர்கள் தினத்திற்கு அவன் குறுஞ்செய்தி அனுப்புகிறான். "நண்பர்கள் தின வாழ்த்துக்கள்" என்கிறான். நான் உனக்கு நண்பனா? என்று கேட்டால், "ஆம். நீங்களும் நானும் நல்ல நண்பர்கள்" என்கிறான். அப்பாவும் பையனும் நண்பர்களாம். இன்று அதுதான் உண்மை. காலம் மாறிவிட்டது.

அந்தக் காலத்தில் என் தந்தையார் அருகில் செல்ல என் அம்மாவே பயப்படுவார்கள். நாங்கள் ஒதுங்கி ஓரமாக நிற்போம். இன்று மகன்கள் தந்தைகளுக்கு நண்பர்கள். வரவேற்கப்பட வேண்டிய பரிணாம வளர்ச்சி. "குழந்தைகள், ஐந்து வயது வரைக்கும் நமது செல்லக்குட்டிகள். ஐந்திலிருந்து பதினைந்து வயது வரைக்கும் அவர்களை அடித்து, கண்டிப்புடன் வளர்க்க வேண்டும். பதினைந்து வயதுக்குமேல் அவர்கள் நண்பர்கள்" என்கிறார் சீன அறிஞர் கன்பூசியஸ்.

ஒரு நண்பன் என்ற முறையில் உங்களுடன் சில கருத்துக்களைப் பகிரங்கமாக பகிர்ந்து கொள்கிறேன்.

2

பெற்றோர் கவலை

பெற்றோர்களுக்கு தங்கள் பிள்ளைகளின் எதிர்காலத்தைப் பற்றி கவலை இருக்கிறது. நிறைய கனவுகள் இருக்கின்றன. இதே பள்ளியில் படித்தவர்களெல்லாம் பெரிய பெரிய பதவிகளில் இருக்கிறார்கள்; நிறைய சம்பளம் வாங்குகிறார்கள்; சொகுசுக் கார்களில் வலம் வருகிறார்கள், பெரிய பங்களாக்களில் வசிக்கிறார்கள். அதேமாதிரி நமது பிள்ளையும் இங்கே படித்து நல்ல பெரிய பதவிக்கு வந்து, கலெக்டராகி, கமிஷனராகி அல்லது அப்துல்கலாம் மாதிரி பெரிய விஞ்ஞானியாகி விட வேண்டும் என்று பெற்றோர்கள் ஆசைப்படுகிறார்கள். உங்களிடத்தில் நம்பிக்கையோடு இவைகளை எதிர்பார்க்கிறார்கள்.

காலையில் எழுப்பி, குழந்தைகளுக்கு உடை, சாப்பாடு கொடுத்து விட்டுத்தான் பெற்றோர்கள் தங்கள் வேலையைப் பார்ப்பார்கள். அவர்களுடைய எல்லா முதலீடுகளும் அவர்களின் குழந்தைகள் மேல்தான். அவர்கள் முழுநேரமும் பிள்ளைகளைப் பற்றித்தான் நினைத்துக் கொண்டிருக்கிறார்கள்.

மகன் பள்ளிக்குப் போயிருக்கிறான், ஒழுங்காகப் படிப்பானா, போன வருடம் மார்க் குறைந்துபோய் விட்டதே. இந்த வருடம் நல்ல மார்க் வாங்கி விடுவானா? பத்தாம் வகுப்பு பாஸாகி விடுவானா? பிளஸ்டூவில் கட் ஆப் 200க்கு 200 வாங்கி விடுவானா என்பதுதான் அவர்களுடைய கவலை. ஆனால், பிள்ளைகளுக்கு? 200க்கு 200 மதிப்பெண்கள் வாங்க வேண்டும். அண்ணா பல்கலைக்கழகத்தில் சேரவேண்டும், பிடித்த கல்லூரியில் படிக்க வேண்டுமென்று ஆசையிருக்கிறதா? சிலரிடம் இருக்கிறது; பலரிடம் இல்லை. ஆனால், அப்படியொரு ஆசை இருப்பது மிக மிக அவசியம்.

அமெரிக்காவில் பாப் பிரவுன் என்கிற சிறந்த டென்னிஸ் பயிற்சியாளர் இருக்கிறார். அவரிடம் ஒருவர் சென்று "ஐயா, எனக்கு ஓர் ஆசை. உலகில் பெரிய பெரிய டென்னிஸ் வீரர்களை யெல்லாம் உருவாக்கி இருக்கிறீர்கள். அதேபோல் என்னுடைய மகனையும் உலகில் பெரிய டென்னிஸ் வீரனாக மாற்ற வேண்டும்" என்றார். அதற்கு அந்தப் பயிற்சியாளர் கூறினார், "நீங்கள் ஆசைப்பட்டால் மட்டும் போதாது. உங்கள் மகன் ஆசைப்பட வேண்டும். அவர் வந்து, 'என்னை டென்னிஸ் வீரனாக மாற்றுங்கள்' என்று கேட்டால், நான் அவனை உலகப்புகழ் பெற்ற டென்னிஸ் வீரனாக்குகிறேன்" என்றார்.

நீங்கள் நினைத்தால் மட்டும்தான் உங்களால் படிக்க முடியும். நீங்கள் நினைத்தால் மட்டும்தான் முதல் மார்க் வாங்க முடியும். நீங்கள் படித்த பள்ளிக்கு ஒரு பெருமை சேர்க்க முடியும். உனது பெயரும் பள்ளியின் பெயரும் தமிழ்நாட்டில் எல்லா பத்திரிகைகளிலும் வரவேண்டும் என்றால் அது பள்ளி முதல்வர் நினைத்தால் மட்டும் போதாது. ஆசிரியர் நினைத்தால் மட்டும் முடியாது. மாணவர்களே! நீங்கள் நினைத்தால் மட்டும் தான் அது முடியும்.

உங்களால் கண்டிப்பாக முடியும். பெற்றோர்களின் எதிர்பார்ப்புகளை நனவாக்கிக் காட்டுகின்ற வல்லமை உங்களிடத்தில் மட்டுமே உள்ளது.

3

ஆசிரியர் உங்களது பங்குதாரர்

வாழ்க்கையில் நமக்கு எப்போதுமே பங்குதாரர்கள் இருப்பார்கள். உங்கள் வாழ்க்கை முன்னேற்றத்திற்கு, நீங்கள்தான் முக்கிய பங்குதாரர். எம்.பி.ஏ படித்தவர்களுக்கு "ஸ்டேக் ஹோல்டர்ஸ்" என்பவர்களைத் தெரியும். சப்ளையர்ஸ், கஸ்டமர்ஸ், பைனான்ஸியர், எம்ப்ளாயீஸ், இப்படி பல பங்கு தாரர்கள். பெரிய பதவிக்கு வரும்போது, பல பங்குதாரர்களை சந்திப்பீர்கள். பெற்றோர்கள், ஆசிரியர்கள், சகோதரர்கள், சகோதரிகள் இவர்களெல்லாம் உங்களுடைய பங்குதாரர்கள்.... ஸ்டேக் ஹோல்டர்ஸ்.

ஆசிரியர்கள் என்பவர்கள் நமது வாழ்க்கையில் பெரிய மாற்றத்தை ஏற்படுத்தும் வல்லமை படைத்தவர்கள். இன்று ஒரு கமிஷனராக இருக்கிறேன். ஆனால், நான் பள்ளிப்பருவத்தில் சுமாராகத்தான் படிப்பேன். எட்டாவது படிக்கும்வரை வகுப்பில் முதல் மதிப்பெண் வாங்கியதே கிடையாது. ஒன்பதாம் வகுப்பிலிருந்து என்னைத்தவிர வேறு யாரும் முதல் மதிப்பெண் வாங்கியதே கிடையாது. அதற்குக் காரணம், எனது ஆசிரியை சதானந்தவல்லி. அவர்கள்தான் படிக்கவேண்டும் என்ற ஆர்வத்தை தூண்டினார்கள். அவரை என்னால் மறக்க முடியாது.

எங்கள் பள்ளி கணித ஆசிரியர் ராமசாமி, ஆங்கிலப் பாடமும் நடத்துவார். அவர் முறுக்கு மீசையுடன் ராணுவ அதிகாரி போல் இருப்பார். நன்றாகப் பாடம் எடுப்பார். ஆனால் அடிப்பார். (இப்போதெல்லாம் ஆசிரியர்கள் அடிக்கப் பயப் படுகிறார்கள்) ராமசாமி ஆசிரியர் கையில் பிரம்பை பிடித்தாலே அந்த பிரம்பு நடுங்கும். அது நடுங்குவதைப் பார்த்து மாணவர்கள் நடுங்குவார்கள். அவரைப் பார்த்தாலே பயம். ஆனால், அவர் மீது நல்ல மரியாதை எல்லோருக்கும் உண்டு. அவர் வகுப்பில்

நுழைந்தால், வகுப்பே அமைதியாகி விடும். படிக்கும் ஆசை எல்லோர்க்கும் வரும். கண்டிப்பானவர். ஆனால், அன்பானவர்; நல்ல மனிதர்; ஓர் ஒப்பற்ற ஆசிரியர்.

ஒருநாள் அவர், "சைலேந்திரபாபு கம் ஹியர்" என்று என்னை அழைத்தவுடன், அடிப்பாரே என்ன செய்வது என்று தெரியாமல் உறைந்து நின்றேன். அப்படியே ஓடிவிடலாமா? இல்லை, அவரைப் போய் பார்க்கலாமா என்று சிறிதுநேரம் யோசித்தேன். "என்ன யோசிக்கிறாய்? இங்கே வா" என்றார். நான் அவர் பக்கத்தில் போனேன். "எனது அறைக்கு வா" என்று சொல்லி விட்டு நடந்தார். சரி, ஏதோ பிரச்சனையாகிவிட்டது என்று நினைத்தேன்.

நான் அடிக்கடி மற்ற மாணவர்களோடு சண்டை போடுவது உண்டு. அதனால் என்மீது அடிக்கடி புகார் வந்து கொண்டே தான் இருக்கும். நாம்தான் போனவாரம் யாரையுமே அடிக்க வில்லையே. நம்மை எதற்கு கூப்பிடுகிறார் என்று யோசித்தேன்.

"நான் உனக்கு என்.சி.சி. யூனிபார்ம் வைத்திருக்கிறேன். நீ இன்றிலிருந்து என்.சி.சியில் சேர்ந்து கொள்" என்றார். அவர் எங்களுடைய பள்ளியின் என்.சி.சி. ஆசிரியர். அவர் யூனிபார்ம் அணிந்தால், இந்திய ராணுவத் தளபதியைப் போல இருப்பார். அவர் கொடுத்த யூனிபார்மை நான் அணிந்து கொண்டேன். "அந்தக் கண்ணாடியில் போய்ப்பார்" என்றார். என்.சி.சியின் யூனிபார்ம் அணிந்து, "ஆர் யூ ஸ்மார்ட்" என்று எழுதப்பட்ட கண்ணாடியில் போய்ப் பார்க்கவேண்டும். பார்த்துவிட்டு நான் அவரிடம் சென்றேன். "யூ ஆர் லுக்கிங் வெரி ஸ்மார்ட் சைலேந்திர பாபு" என்றார். அன்று அவர் பொய் சொல்லியிருக்க வாய்ப்பில்லை. ராமசாமி சார் பொய் பேசுவதில்லை. அவர் சொன்ன வார்த்தைகள் என் மனதில் பதிந்தன. அன்று போட்ட யூனிபார்ம், இன்றும் நான் அதை கழட்டவே இல்லை. இன்று நான் ஒரு காவல்துறை அதிகாரி.

அன்றிலிருந்து படிக்க ஆரம்பித்த நான், வகுப்பில் எந்தப் பாடத்திலும் இரண்டாவது இடத்திற்கு வந்ததே கிடையாது. பள்ளியிறுதித் தேர்விலும் முதல் மாணவன்.

ஆசிரியர்களிடம் சொல்லித் தர நிறைய விஷயங்கள் உள்ளன. எனவே, ஆசிரியர்களை மதியுங்கள்; அவர் உங்கள் பங்குதாரர்.

உங்களுக்கு திருமணம் ஆனபின்பு ஒரு துணை வருவார். திருமணம் செய்ய சில மாணவர்கள் அவசரப்படுகிறார்கள். சில மாணவிகள் எப்போது பதினெட்டு வயதாகும் என்று காத்திருந்து ஓடிப்போகிறார்கள். இது போன்ற புகார்கள் நிறைய என்னிடம் வருகின்றன.

சமீபத்தில் வந்த ஒரு புகார்; முதல்நாள் பதினெட்டு வயது முடிந்த பெண் அடுத்த நாளே ஒருவருடன் ஓடிவிட்டாள். ஏன் ஓடினாய் என்று கேட்டால், "எனக்கு பதினெட்டு வயதாகி விட்டது. நீங்கள் ஒன்றும் செய்யமுடியாது" என்றாள். மகளிர் காவல் நிலையத்தில் அப்படியே பதிலளித்தாள் அந்தப் பெண். பெற்றோர் கதறியழுதும் பயனில்லை. அவளை அந்த நபருடனே விட்டு விட்டனர். படிப்பைத் தொடர முடியாமல், அவசரப்பட்டு பிள்ளை பெற்று, பின்னர் ஒரு நாள் இதே கணவன் கைவிட்டபின் எந்த கதியும் இன்றி நடுத்தெருவில் நிற்கும் பல பெண்களின் நினைவு எனக்கு வந்தது.

அது திருமணத்திற்குப் பிறகு வரும் பார்ட்னர். தற்போது பள்ளியில் உங்கள் பார்ட்னர்கள் இருக்கிறார்கள். அவர்கள் தான் ஆசிரியர்கள். அவர்களை நீங்கள் பயன்படுத்திக் கொள்ள வேண்டும். நல்ல பாரம்பரியமிக்க பள்ளி, நல்ல ஆசிரியர்கள், பாடங்கள். இந்த சூழ்நிலையில் நல்ல முறையில் படித்தீர் களென்றால் உங்கள் எதிர்காலம் மிகவும் பிரகாசமாக இருக்கும்.

4

ஆசிரியர்களின் தலைமைப்பண்பு

ஆசிரியப்பணி மகத்தானது மட்டுமல்ல. மிகவும் பொறுப்பானதும்கூட.

ஓர் ஆசிரியருக்கு அவர் சொல்லித்தரும் பாடம் நன்கு தெரிந்திருக்க வேண்டும். தற்போது விஞ்ஞானப்பாடங்கள் புதியனவாக உள்ளன. அவற்றை ஆசிரியர் கற்றுத் தெரிய வேண்டும். அப்படி தெரிந்தால் மட்டுமே அவரால் நம்பிக்கையுடன் மாணவர்களுக்குப் போதிக்க முடியும். ஆசிரியர் என்றும் ஒரு நல்ல மாணவராக இருக்க வேண்டும்.

அரைகுறை அறிவுடன் மாணவர்களின்முன் நின்றால், அது மாணவர்களுக்கு நன்கு தெரிந்து விடும். இன்றைய சூழலில் மாணவர்கள் பலருக்கு ஆசிரியர்களை விட நிறைய விஷயங்கள் தெரிந்திருக்கிறது. தொலைக்காட்சி, இணைய வசதி போன்றவை மூலம் விஞ்ஞானம் மற்றும் தொழில்நுட்ப விஷயங்கள் மாணவர் களிடத்தில் விரைவாகச் சென்றுவிடுகிறது. ஆசிரியர்கள் பின்தங்கி இருக்க வாய்ப்பு உண்டு.

மாணவர்களுக்கு கருத்துக்கள் தெளிவாகச் சென்றடைய வேண்டும் என்ற அடிப்படை ஆசை ஆசிரியர்களுக்கு வேண்டும். எப்படி சொல்லிக் கொடுத்தால் அது மாணவரிடம் ஓர் ஆர்வத்தை ஏற்படுத்தும் என்று சிந்திக்க வேண்டும். ஒரு சி.டியை போட்டுக் காட்டலாம். ஒரு கதை சொல்லி விளக்கலாம். ஒரு படத்தைக் காட்டலாம். கேள்விகளைக் கேட்டு பதில்களை மாணவர்களிடத்திலிருந்து பெறலாம். ஒரு சிறு நாடகம் நடத்தலாம். பொருத்தமான முறையைக் கையாள வேண்டும். சொல்ல விரும்பும் கருத்தை, தமிழில் அல்லது ஆங்கிலத்தில் சொல்லத் தகுதியுள்ளவராக ஆசிரியர் இருத்தல் வேண்டும். தொடர்புத்திறன் தானாக இயற்கையில் ஏற்பட்டுவிடாது.

விரதங்கள் இருந்தாலோ, மற்றவர்களின் ஆசீர்வாதத்தாலோ கிடைக்காது. அத்தகைய திறமைகளை வளர்க்க பயிற்சி மேற்கொள்ள வேண்டும். ஆசிரியர்கள் தினமும் பயிற்சி செய்ய வேண்டும். நிறைய நூல்களைப் படித்து, தொடர்ந்து அறிவையும், திறனையும் வளர்த்துக் கொள்ள வேண்டும்.

எல்லாவற்றிற்கும் மேலாக ஓர் ஆசிரியர் என்பவர் தனது அனைத்து மாணவர்களையும் நேசிக்கவேண்டும் என்பது மிகவும் அவசியம். சிலர் மனிதர்களையே வெறுக்கிறார்கள். அப்படிப் பட்டவர்கள் அனைத்து துறைகளிலும் இருக்கிறார்கள். நான் எனது காவல்துறையிலும் பார்த்திருக்கிறேன். மாணவர்களை நேசிக்காத ஒருவர் நல்ல ஆசிரியராக இருக்கமுடியாது.

படிக்காத மாணவர்களையும் சரிசமமாக நடத்துங்கள். குறைந்தபட்சம் அவர்களை ஒரு மனிதனாக மதியுங்கள். இது மிக மிக அவசியம். ஏனென்றால், படிக்காத மாணவனுக்கு வேறு திறமைகள் இருக்கும்.

அவன் கிரிக்கெட் விளையாட்டிலோ, இசைத்துறையிலோ, பிற்காலத்தில் பிரபலம் அடைய நேரிடும். ஆசிரியர் நேசித்த முதல் மதிப்பெண் எடுத்த மாணவன் மிகச்சாதாரண மனிதராக வருவதற்கும் வாய்ப்பு உண்டு.

மாணவர்களை அவசியமில்லாமல் குறை கூறாதீர்கள். குறைகள் இருப்பின் எப்படி அதைப் போக்குவது என்பதைப்பற்றி சிந்தியுங்கள்; செயல்படுங்கள். மாணவர்களின் பெயர்களை தெரிந்து வைத்துக் கொள்ளுங்கள். அவர்களைப் பெயர் சொல்லி அழையுங்கள். ஒரு நல்ல ஆசிரியர் ஒரு நல்ல தலைவனாகவும் இருக்க வேண்டும். கல்வி போதிக்கும் ஓர் ஆசிரியர், மாணவர் சொல்வதையும் கவனிக்க வேண்டும். கவனிக்கும் பயிற்சி பெற்ற ஒருவர் தான் நல்ல ஆசிரியராக முடியும்.

மாணவர்களைப் பார்த்து மகிழ்ச்சியடையுங்கள்; அவர்களிடம் சிரித்துப் பேசி வகுப்பறையில் ஒரு மகிழ்ச்சியான சூழ்நிலையை ஏற்படுத்துங்கள். மாணவர்கள் தானாகப் படிப்பார்கள்.

5

ஆசைப்படுங்கள்

தமிழ்நாட்டிலேயே பிறந்து தமிழ்நாட்டிலேயே படித்து அமெரிக்கக் கம்பெனியான 'பெப்ஸிகோ'வின் தலைவராக ஒரு பெண்மணி இருக்கிறார். அந்தப் பெண்ணின் பெயர் இந்திரா நூயி. அவருடைய சம்பளம் ஓர் ஆண்டுக்கு 77 கோடி ரூபாய். உங்கள் அப்பாவிற்கு, ஆசிரியருக்கு ஓர் ஆண்டுக்கு எவ்வளவு சம்பளம் கிடைக்கும்? வருடத்திற்கு 4 அல்லது 5 லட்சங்கள் கிடைக்கும். இந்திராநூயிக்கு மட்டும் அவ்வளவு சம்பளம் ஏன் கிடைக்கிறது?

நீங்களும் பெரிதாக சாதிக்கவேண்டும் என்று ஆசைப் படுங்கள். மாதம் 30000 கிடைத்தால் போதுமென்று நினைத்தால் அதுதான் கிடைக்கும். எனக்கு 30000 போதாது, 30 லட்சம் வேண்டுமென்று நினைத்தால் 30 லட்சம் கிடைக்கும். உங்களுக்கு என்ன வேண்டுமென்று நினைக்கிறீர்களோ, அது கிடைக்கும். எனவே, பெரிதாக சாதிக்கவேண்டும்; பெரிதாக கிடைக்க வேண்டும் என்று ஆசைப்படுங்கள். ஆசை இருந்தால்தானே அடுத்த கட்ட நடவடிக்கையில் இறங்க முடியும்.

மாவீரன் அலெக்ஸாண்டர் இந்த உலகத்தையே ஆள வேண்டும் என்று ஆசைப்பட்டான். ஜான் எப்.கென்னடி சந்திர மண்டலத்தில் ஒரு அமெரிக்கன்தான் முதலில் கால் பதிக்க வேண்டும் என்று ஆசைப்பட்டார். பத்து வருட முயற்சிக்குப் பிறகு 1969 ஜூலை மாதம் 21ம்தேதி நீல் ஆர்ம்ஸ்ட்ராங் சந்திர மண்டலத்தில் கால்பதித்தார். மூன்று விஞ்ஞானிகள் சந்திரனுக்குச் சென்றார்கள்; ஆனால், முதலில் கால்வைத்தது நீல் ஆர்ம்ஸ்ட்ராங். அங்கிருந்து அப்போதைய அமெரிக்க அதிபரான ரிச்சர்டு நிக்ஸனோடு தொலைபேசியில் பேசினார். "உலகின் 300 கோடி மக்களும் நீங்கள் என்ன பேசப்போகிறீர்கள் என்பதைக்

கேட்பதற்கு ஆர்வத்தோடு இருக்கிறார்கள், என்ன சொல்லப் போகிறீர்கள்" என்று நிக்ஸன் கேட்டார். அதற்கு ஆர்ம்ஸ்ட்ராங், "என்னைப் பொறுத்தவரை இது சாதாரண காலடி. ஆனால் மனித குலத்தைப் பொறுத்தவரை மகத்தான மாற்றம்" என்றார். உங்கள் வாழ்க்கையிலும் மாபெரும் மாற்றத்தை உங்களால் ஏற்படுத்த முடியும். அதற்கு மகத்தான ஆசை வேண்டும்.

நேற்றுவரை நீங்கள் எப்படியிருந்தாலும் கவலையில்லை, இன்றிலிருந்து மாற வேண்டும். இன்றிலிருந்து என்னுடைய எதிர் காலத்தை நானே நிர்ணயிக்கப்போகிறேன். எனது தலை யெழுத்தை நானே எழுதப்போகிறேன், இந்த வருடம் என் மாவட்டத்திலேயே நான்தான் பத்தாம் வகுப்புத் தேர்வில் முதல் மாணவன். பிளஸ்டூ தேர்வில் தமிழகத்திலேயே முதல் மாணவனாக வருவேன், அனைத்து பத்திரிகைகளிலும் என்னுடைய புகைப்படம் வரும், அனைத்து தொலைக் காட்சிகளிலும் எனது பேட்டி ஒளிபரப்பாகும் என்ற தீர்மானத்தை இன்றே உங்களுக்குள் நிறைவேற்றுங்கள்.

6

செயலில் இறங்குங்கள்

இன்றிலிருந்து பெரிய மாற்றங்கள் வேண்டுமென்று நினையுங்கள், ஆசைப்படுங்கள். அதற்காக இன்றிலிருந்து மாறுங்கள். பெரிய சாதனைகளை உங்களால் படைக்க முடியும். அதற்கு ஆசைப்பட்டால் மட்டும் போதாது. உடனே செயலில் இறங்கவேண்டும். இன்றே முழுமனதுடன் செயல்படுங்கள். செயலில் இறங்காதவர்கள் வெற்றி பெற்றதாக வரலாறு இல்லை.

ஆசை மட்டும் இருந்தால் பயனில்லை. இந்த மாணவன் பெரிய டாக்டராக வேண்டுமென்று ஆசைப்படுகிறான் என்பதற்காக மற்றவர்கள் அம்மாணவனை மதிப்பார்களா? 100க்கு 100 வாங்கவேண்டுமென்று இந்த மாணவன் ரொம்ப ஆசைப் படுகிறான். அதற்காக, பரிட்சை சரியாகவே எழுதாமல் 100 மார்க் கொடுப்பார்களா? இந்த மாணவன் ரொம்ப நல்ல மாணவன்; காலையிலிருந்து மாலைவரை பிரார்த்தனை செய்து கொண்டிருக்கிறான் என்பதற்காக 100 மார்க் கொடுப்பார்களா? உங்கள் விடைத்தாளில் விடை சரியாக இருந்தால் மட்டும்தான் மதிப்பெண் கொடுப்பார்கள். எனவே, நீங்கள் செயலில் இறங்க வேண்டும்.

நாம் கனவு காண்பதெல்லாம் சரி. அதற்குமேல் செயல் இல்லாவிட்டால், அது கனவாகவே இருந்துவிடும். பல மாணவர்கள், அடுத்த மாதத்திலிருந்து நன்றாகப் படிப்பேன் என்று நினைக்கிறார்கள். நாளை படிக்கலாம், அடுத்த தேர்விற்குப் படிக்கலாம், அரையாண்டுத் தேர்வுக்குப்படிக்கலாம், இறுதித் தேர்விற்குப் படிக்கலாம் என்றிருப்பார்கள். இப்படி செயலில் தாமதம் செய்த பலர் தேர்வில் வெற்றி பெறாமல் போய் விட்டார்கள். செயல்பட்டால் மட்டும்தான் பரிசு என்பது இயற்கையின் நியதி. அதுதான் சட்டம். நடவடிக்கை எடுக்க இதுதான் சரியான நேரம்.

செயல் எவ்வளவு முக்கியம் என்பதற்கு ஓர் எடுத்துக் காட்டு. எனது மகன் பத்தாம் வகுப்பு படித்துக் கொண்டிருந்தான். வீட்டில் இருக்கும்போது அவனை பொதுஅறிவுக் கேள்வி கேட்டுக் கொண்டே இருப்பேன். அவனும் என்னைக் கேட்டு துளைத்து எடுப்பான். நான் புதிய "மௌசர்" துப்பாக்கி வாங்கியிருந்த நேரம். முன்னாள் ராணுவத் தளபதி ஒருவர் வைத்திருந்தது. என் மகன், "இந்தத் துப்பாக்கி ரொம்ப அழகாயிருக்கே? எங்கே வாங்கினீர்கள்" என்றான். "இது மௌசர் துப்பாக்கி, 200 வருடங்களுக்கு முன் தயாரிக்கப்பட்டது. ஜெர்மன் தயாரிப்பு, முன்னாள் ராணுவத் தளபதி கரியப்பாவிடமிருந்து வாங்கினேன்" என்றேன்.

உடனே அவன், "நான் இந்தத் துப்பாக்கியை எடுத்து ஒரு மரத்தில் இருக்கும் 100 பறவைகளில், ஒரு பறவையை மட்டும் சுட ஆசைப்படுகிறேன். இந்த நிலையில் எத்தனை பறவைகள் மீதியிருக்கும். சொல்லுங்கள்" என்றான். நான், "ஒரு பறவையும் இருக்காது" என்றேன். நான் கூறியது தவறு என்றான். எப்படி தவறாகும் என்று கேட்டதற்கு, "நான் உங்களிடம் என்ன கேள்வி கேட்டேன்? உங்களிடம் துப்பாக்கியை வாங்கி சுட ஆசைப்படுகிறேன் என்றுதானே கேட்டேன், துப்பாக்கியை வாங்கினேனா? அதில் தோட்டாக்களை போட்டேனா, குறி வைத்தேனா, சுட்டேனா? ஒன்றுமே செய்யவில்லையே! நான் ஆசைப்பட்டிருக்கிறேன். ஆனால் செயலில் இறங்கவில்லையே. அதனால் அத்தனை பறவைகளும் அந்த மரத்திலேயேதான் இருக்கும்" என்றான். அவன் சொன்னது மிகவும் சரி. நீங்கள் செயலில் இறங்கினால் மட்டும்தான் பலன் கிடைக்கும். செயலுக்கு மட்டுமே மரியாதை என்பதால், செயல் சிங்கங்களாகுங்கள். செயல்களே உங்கள் மூச்சாகட்டும்.

7

உங்கள் ரோல் மாடல் யார்?

சாதனை படைப்பவர்கள்தான் உங்கள் ரோல்மாடல்கள். போனவருடம் பத்தாம்வகுப்புத் தேர்வில் தமிழ்நாட்டிலேயே முதல் மதிப்பெண் பெற்றது யார் என்று கேட்டால் உங்களுக்குத் தெரியாது. ஆனால் ஒரு குறிப்பிட்ட சினிமாவின் பெயரைச் சொல்லி அதில் நடித்தது யார் என்றால் அது உங்களுக்குத் தெரியும். படத்தில் நடித்தால் நடிகருக்கு பல கோடி ரூபாய் கிடைக்கும். உங்களுக்கு ஒரு ரூபாய் கிடைக்குமா? இருநூறு ரூபாய் செலவாகும். அவ்வளவுதான்.

தமிழ்நாட்டில் சென்ற வருடம் முதல் மதிப்பெண் பெற்றது திருநெல்வேலியைச் சேர்ந்த யாஸ்மின் என்ற ஒரு மாணவி. 500க்கு 495 மதிப்பெண்கள் பெற்று முதல் மாணவியானாள். அவள் அரசுப்பள்ளியில் படித்த ஓர் ஏழைக் குடும்பத்தைச் சேர்ந்த மாணவி.

அதற்கு முந்தைய வருடம் கன்னியாகுமரி மாவட்டத்தைச் சேர்ந்த ஜோஸ்ரிஜான் 496 மதிப்பெண் பெற்றிருந்தான். தமிழ் மற்றும் ஆங்கிலத்தில் 98 மதிப்பெண்கள்; மற்ற அனைத்துப் பாடத்திலும் 100 மதிப்பெண்கள். அவனுடைய அப்பா ஒரு சில்லறை மீன் வியாபாரி. 9 லட்சம் மாணவர்களுடன் போட்டியிட்டு, அதிக மதிப்பெண்கள் வாங்கி இருக்கிறான். ஓர் ஏழை மாணவன் மாநில அளவில் முதல் மதிப்பெண் பெற்றது எனக்கு ஆச்சரியமாக இருந்தது. நான் அவனைச் சந்தித்து, "ஜோஸ்ரிஜான், நீ இவ்வளவு ஏழ்மையான குடும்பத்திலிருந்து தமிழ்நாட்டிலேயே முதல் மாணவனாக வந்திருக்கிறாயே. எதற்காக இந்தப் பெரும் முயற்சி எடுத்தாய்?" என்று கேட்டேன்.

அவன் தன்னுடைய வீட்டைக் காட்டினான். "எங்கள் வீட்டைப் பாருங்கள். குடிசை வீடு. எனது தந்தை ஒரு மீன்

வியாபாரி. காலையில் 5 மணிக்கெல்லாம் எழுந்து விடுவார். கடலுக்குச் சென்று மீன் வாங்கி வீடு வீடாகச் சைக்கிளில் சென்று விற்பார். நான் பள்ளியிலிருந்து திரும்பி வரும்போது அயர்ந்து தூங்கிக் கொண்டிருப்பார். நான் என்றாவது ஒருநாள் "ஏரோநாட்டிக் இன்ஜினியரிங்" படித்து அமெரிக்காவிற்குச் சென்று நாஸாவில் விஞ்ஞானியாக வேலைக்குச் சேர்ந்து நிறையப் பணம் சம்பாதித்து என் ஊருக்குத் திரும்பி வந்து பெரிய வீடு கட்டி என் பெற்றோர்களை அதில் அமர வைத்து அழகுபார்க்க வேண்டும். அதற்குத்தான் நான் பெருமுயற்சி செய்து படித்தேன்" என்றான். அது அவனுடைய லட்சியம். செயலில் இறங்கியதால் தான் வெற்றி கிடைத்தது.

மாநிலத்தில் முதல் மதிப்பெண் எடுப்பதற்கு முதல் காரணம் யார் என்று கேட்டவுடன் அவன், பள்ளியின் தலைமை ஆசிரியர்தான் காரணம். எனது ரோல்மாடலும் அவர்தான் என்றான். ஒரு தலைமையாசிரியர் மீது எவ்வளவு மரியாதை? தலைமை ஆசிரியரின் தாக்கம் இந்த வெற்றியடைந்த மாணவனின் மீது எந்தளவிற்கு இருக்கிறது பாருங்கள்.

தமிழகத்தில் முதல் மதிப்பெண் பெற்ற மாணவர் அல்லது மாணவி உங்கள் ரோல்மாடல். இவர்களால் உங்களது பணம் விரயமாகாது. உங்களது நேரம் வீணாகாது. இவர்களைப் பார்க்கும்போது, நாமும் சாதிக்க வேண்டும் என்ற ஆர்வம் வருகிறது. புத்தகத்தைத் திறந்து படிக்கத் தோன்றுகிறது. எனவே, சரியான ரோல் மாடல்களை அல்லது முன்மாதிரிகளை தேர்ந்தெடுப்பதுதான் வெற்றியின் முதல் படிக்கல்.

8

ஆசிரியர்களுடன் ஒரு வார்த்தை

2000 வருடத்திற்கு முந்தைய வரலாற்றைப் பார்த்தால், சாக்ரடீஸ் ஒரு சிந்தனையாளர். அவர்தான் முதலில் பூமி உருண்டையா தட்டையா என்று கேள்வி கேட்டவர். அவருடைய மாணவன் பிளேட்டோ, 'தி போலட்டிக்' என்ற நூலை எழுதியவர். பிளேட்டோவின் மாணவன் அரிஸ்டாட்டில். அரிஸ்டாட்டிலின் மாணவன்தான் மாவீரன் அலெக்ஸாண்டர், உலகத்தை ஆட்சி செய்தவர்.

ஆசிரியர்கள், மாணவர்கள் மத்தியில் சாதனை புரிய வேண்டும் என்ற தணியாத தாகத்தை ஏற்படுத்த வல்லவர்கள். ஆசிரியர்களின் வேலை கற்பிப்பது மட்டும் என்று சொல்வது சரியன்று. ஆசிரியர் ஒருவரால் மட்டுமே மாணவனுக்கு கற்றுக் கொடுக்க முடியாது. மாணவனும் சேர்ந்து முயற்சி செய்தால் மட்டுமே கல்வி பெற முடியும். ஆசிரியர் மட்டும்தான் சொல்லிக் கொடுக்க முடியும் என்றில்லை. புத்தகம் படித்துக் கற்றுக் கொள்ளலாம். ஆசிரியருக்கு ஒரு குறிப்பிட்ட பாடம் தெரியுமென்றால், அது தன்னிச்சையாகவே மாணவனை சென்றடைவதில்லை.

உதாரணமாக 'சைபர் கிரைம்ஸ்' பற்றி எனக்குத் தெரியும். என்னுடைய சைபர் கிரைம் குறித்த அனைத்து அறிவும் இம்மாணவிக்குப் போய்ச் சேர்வதாக என்று ஒரு மாணவியை நான் ஆசிர்வதித்தால் அது அம்மாணவிக்குப் போய்ச்சேருமா? சேராது. அதே வேளையில் பல ஆண்டுகள் ஆசிரியர்கள் சொல்லிக் கொடுத்தும் வராத ஆங்கிலம் பேசும் திறமை, பத்து ஆங்கில புத்தகங்களைப் படித்தால் வந்து விடுகிறது. மாணவர்கள் தான் கற்க வேண்டும். மற்றவர்கள் அவர்களுக்குள் கல்வியைப் புகுத்த முடியாது.

ஓர் ஆசிரியரின் எல்லா அறிவும் நேரடியாக மாணவனுக்குப் போய்ச் சேர்ந்துவிடும் என்றால் அனைத்து மாணவர்களும் 100க்கு 100 மார்க் வாங்கமுடியுமே. ஏன் வாங்க முடியவில்லை. சில மாணவர்கள் கற்கத் தயாராக இல்லை. சிலர் மெதுவாகக் கற்றுக்கொள்கின்றனர். (Slow learners). மிகச்சிலர்தான் வேகமாகவும், விவேகமாகவும் கற்றுத் தேர்ச்சியடைகின்றனர்.

ஓர் ஆசிரியரின் பணி ஒரு மாணவனுடைய மனதில் படிக்க வேண்டும் என்ற ஆசையை ஏற்படுத்தவேண்டும் என்பதுதான். கல்வி பயிலும் ஒரு சூழ்நிலையை ஏற்படுத்துவதுதான் ஓர் ஆசிரியருடைய பணி. கரும்பலகையில் படம் வரைந்து, இதுதான் சி.பி.யு, இதுதான் அவுட்புட் டிவைஸ், இதுதான் இன்புட் டிவைஸ் என்றால், மாணவனுக்கு ஒன்றுமே புரியாது. ஒரு கம்ப்யூட்டரைக் கொடுத்து இதுதான் கம்ப்யூட்டர். இவைதான் அதன் பாகங்கள் என்று சொல்லுங்கள். படிப்பையே விளையாட்டாகப் பாருங்கள். கம்ப்யூட்டரில் விளையாட விடுங்கள். ஓரிரு நாட்களில் மாணவனே உங்களுக்குப் பாடம் சொல்லிக் கொடுப்பான்.

இந்திய நாட்டில்தான் மிகப்பெரிய ஆசிரியர்களெல்லாம் உருவானார்கள். கௌதம புத்தர், கௌடில்யர், சுவாமி விவேகானந்தர், மகாத்மா காந்தி, டாக்டர் ஏ.பி.ஜே.அப்துல் கலாம் இவர்களெல்லாம் ஆசிரியர்கள். மாணவர்கள் மனதில் கற்கும் ஆர்வத்தை ஏற்படுத்திய அற்புத மனிதர்கள்.

சுவாமி விவேகானந்தர் உலக சர்வ சமயக் கூட்டத்தில் பேசுவதற்காக அமெரிக்கா சென்றார். அப்போது அவரை பலருக்கும் தெரியாது. 1893ல், “சகோதர சகோதரிகளே” என்று அவர் பேசத் தொடங்கியதும்தான் உலகம் அவரை திரும்பிப் பார்த்தது. விவேகானந்தரின் மாணவர்கள் ‘விவேகானந்தர் பேசுகிறார்’ என்ற விளம்பரத்தை அவரது படத்துடன் வைத்திருந்தார்கள். இதைக் கண்ட விவேகானந்தர் அவர்களை அழைத்து, என்னுடைய புகைப்படத்தை வைக்க வேண்டாம்; நான் பெரிய ஞானி கிடையாது. என்னுடைய குரு ராமகிருஷ்ண பரமஹம்சருடைய படத்தை வையுங்கள். அதன் கீழே ‘இவருடைய மாணவர் பேசுகிறார்’ என்று எழுதுங்கள். என்றார். குரு மீது விவேகானந்தருக்கு எவ்வளவு மரியாதை என்று பாருங்கள். ஆசிரியர் ஒரு மாணவனிடம் எவ்வளவு தாக்கத்தை ஏற்படுத்தி இருக்கிறார் என்று பாருங்கள்.

ஆசிரியர்களே! உங்களுடைய மாணவர்களிடத்தில் உங்களுக்கென்று ஒரு மரியாதையை ஏற்படுத்துங்கள். ஆசிரியர்கள், மாணவர்களுக்கு கல்வி கற்கத் தேவைப்படும் நல்ல சூழ்நிலையை ஏற்படுத்தி கற்பிக்க வேண்டும். ஏ.ஆர்.ரஹ்மான் இசையமைப்பதுபோல நீங்கள் பாடம் நடத்த வேண்டும். உங்கள் சொற்பொழிவை ஏ.ஆர்.ரஹ்மான் பாடலைப் போல் மாணவர்கள் ரசிக்க வேண்டும். ஆசிரியர்கள் மாணவர்களை நேசிக்க வேண்டும். அது மிகவும் முக்கியம். தங்களுடைய சொந்த மகன், மகளிடம் நடந்து கொள்வதுபோல் அனைத்து மாணவர்களிடமும் நடந்து கொள்ள வேண்டும்.

நான் காவல்துறை அதிகாரிகளுக்கு தரும் அறிவுரைகள் இவைதான். "காவல் நிலையத்திற்கு வருபவர் யாராக இருந்தாலும், அவர்கள் உங்கள் சகோதரர்கள் அல்லது சகோதரிகள் என்று பாவித்து நடவடிக்கை எடுங்கள். உங்கள் சகோதரி வீட்டில் நகை திருட்டுப் போனால் எப்படி துடித்துப் போவீர்கள். உடனே கண்டுபிடித்துக் கொடுக்க முற்படுவீர்கள் அல்லவா. அதுபோல் செயல்படுங்கள்". ஒரு பெண் காவல் நிலையத்திற்கு வந்து, 'நான் வாழவில்லை. என் கணவன் என்னைக் கை விட்டுவிட்டான்' என்றால், அப்பெண் உங்கள் சகோதரி என்றால் என்ன நடவடிக்கை எடுப்பீர்களோ, அதே நடவடிக்கையை எடுங்கள். ஆசிரியராக இருப்பது என்பது ஒரு மிகப்பெரிய கௌரவம். ஒரு தனியார் நிறுவனத்தில் வாங்குவதைவிட சம்பளம் குறைவாகப் பெறலாம். ஆனால், அது ஒரு விஷயமில்லை. ஓர் ஆசிரியருக்கும், ஒரு தனியார் நிறுவன அதிகாரிக்கும், ஒரு காவலருக்கும், மகிழ்ச்சி என்பது சம்பளத்திலிருந்து மட்டும் வந்துவிடாது. நான் காவல்துறைக்கு வருவதற்கு முன்னர் வங்கி அதிகாரியாக இருந்தேன். அங்கு சம்பளம் ரூபாய் 4000. காவல்துறையில் எனது சம்பளம் ரூபாய் 2000. வாங்கிய சம்பளத்தில் பாதி சம்பளத்திற்கு வேலைக்குச் சேர்ந்தேன். சம்பளம் குறைவாக இருக்கிறதே என்று நான் வருந்தவில்லை. என்னைப் பொறுத்தவரை சம்பளமே இல்லா விட்டாலும் நான் ஐ.பி.எஸ் பணியில் சேர்ந்திருப்பேன். ஐ.பி.எஸ் பணியில் கௌரவம் உண்டு. செய்யும் பணியில்தான் மகிழ்ச்சி தேவை. கிடைக்கும் சம்பளத்தில் அல்ல.

9

மகிழ்ச்சி பணியில்தான்

மைக்ரோசாப்ட் கம்பெனியை நிறுவிய பில்கேட்ஸ் உலகத்திலேயே மிகப்பெரிய பணக்காரர். அவர் நினைத்தால் அடுத்த 1500 வருடங்களுக்கு வேலையே செய்யாமல் சொகுசாக வாழ்ந்து கொண்டிருக்கலாம். அதற்காக அவர் வேலைசெய்யாமல் இல்லை. காலையில் 5மணியிலிருந்து இரவு 11 மணி வரை உழைக்கிறார். பணம் ஒரு மனிதனுக்கு மகிழ்ச்சியைத் தருகிறது என்றால் அவர் சும்மா இருக்கலாமே. தினமும் கடினமாக ஏன் உழைக்க வேண்டும்? வேலையில்தான் அவருக்கு மகிழ்ச்சி. தலைமை ஆசிரியரின் மகிழ்ச்சி, பள்ளியை நல்லபடியாக நடத்தி 100 சதவீதம் தேர்ச்சி காட்ட வைப்பதுதான். 'எங்களது மாணவர் தமிழகத்திலேயே முதல் மதிப்பெண் பெற்றிருக்கிறார்'. 'எங்களது மாணவர் ஐ.ஏ.எஸ் அதிகாரி ஆகியிருக்கிறார்'. 'எங்களது மாணவர் அமெரிக்காவில் பெரிய கம்பெனியில் சி.இ.ஓவாக இருக்கிறார்' என்று சொல்வதில்தான் உண்மையான மகிழ்ச்சி இருக்கிறது.

ஆசிரியர்கள் புன்னகைத்தால், மாணவர்களுக்கு அது மகிழ்ச்சியைக் கொடுக்கும். பெயரைச் சொன்னால் ஆனந்தம் ஏற்படும். ஆனந்தத்தை உற்பத்தி செய்வது ஆசிரியர்கள்; ஆகையால் அவரும் மகிழ்ச்சியடையலாம். ஆசிரியர்கள் அனைத்து மாணவர்களின் பெயரைத் தெரிந்து வைத்திருக்க வேண்டும். நான் ஓர் ஆசிரியருடன் தொடர்பு கொண்டு, எனது மகன் உங்கள் வகுப்பில் படிக்கிறான். எப்படிப் படிக்கிறான் என்று கேட்டேன். அதற்கு அந்த ஆசிரியர் உங்கள் மகன் பெயர் என்ன என்று கேட்டார். நான் பெயரைச் சொன்னேன். வகுப்பில் 60 மாணவர்கள் படிக்கிறார்கள். இந்தப் பெயர் கேள்விப்பட்ட மாதிரி இருக்கிறது என்றார். சில நாட்கள் கழித்து கேட்டதிற்கும் அதே பதிலைச் சொன்னார். நெப்போலியனுக்கு அவரது படையில் இருந்த ஒரு லட்சம் சிப்பாய்களின் பெயர்களும் தெரியுமாம்.

ஒரு மாணவன் நன்றாகப் படிக்கிறான் என்று அவனுக்கு ஆதரவு கொடுக்கப்படுகிறது. அது நல்லதுதான். அதற்காக படிக்காத மாணவனை அவமதிப்பது தவறு. சானியா மிர்சா முதல் மதிப்பெண் பெற்றாரா? சச்சின் டெண்டுல்கர் முதல் மதிப்பெண் பெற்றவரா? ஒன்றுமே கிடையாது. படிக்கவில்லை என்றாலும் கவலையில்லை; அந்த மாணவனுக்கு வேறு என்ன தனிப்பட்ட திறமையிருக்கிறது என்று பாருங்கள். படம் வரையும் ஆர்வம் இருக்கிறதா? அவன் வரைந்த படத்தைப் பார்த்து, ரொம்ப நன்றாக வரைந்திருக்கிறாய் என்று கூறி உற்சாகப் படுத்துங்கள். பாடலில் ஆர்வமுள்ளதா? பாடச் சொல்லுங்கள். நாளை அவன் எஸ்.பி.பாலசுப்பிரமணியம் போல் பெரிய பாடகனாக வரலாம். வேறு ஏதேனும் திறமையிருந்தால் அவனை உற்சாகப்படுத்துங்கள். ஒவ்வொரு மாணவனிடமும் ஏதோ ஒரு திறமை இருக்கத்தான் செய்கிறது. அதை வெளிக்கொண்டு வர உதவி செய்தாலே பெரிய சேவை செய்கிறீர்கள் என்று அர்த்தம். கல்வி என்பது ஒரு மாணவனிடத்தில் இருக்கக்கூடிய பல்வேறு திறமைகளை வெளியே கொண்டு வருவதுதான். ஒருவேளை ஒரு மாணவனுக்கு எந்தத்திறமையும் இல்லை என்று நீங்கள் நினைத்தால் கூட அவனையும் மதியுங்கள். ஒரு மாணவனின் உள்ளே புதைந்து கிடக்கும் தனித்திறமைகள் ஓர் ஆசிரியருக்கு தெரிந்துவிடும் என்று விதி இல்லை. பல மாணவர்களின் அபார திறமைகள் ஆசிரியர்களுக்கு தெரியாமலேயே போய்விடும்.

சுனிதா வில்லியம்ஸ் இந்திய வம்சாவழிப் பெண். விண் வெளியில் 195 நாட்கள் இருந்து சாதனை படைத்தார். அந்தப் பெண்மணியின் திறமையை வெளியே கொண்டு வந்து விட்டார்கள். பி.டி. உஷாவின் திறமை வெளியே வந்து விட்டது. இப்படி ஒவ்வொரு மாணவனுடைய திறமையும் வெளிவர வேண்டும். இச்செயலில் ஆசிரியருக்கு பெருமகிழ்ச்சி ஏற்படுகிறது. அவர் தனது கடமையை செய்து முடித்துவிட்டார். மதிப்பெண் பெறவில்லையென்பதற்காக யாரையும் குறைத்து மதிப்பிடாதீர்கள், பிற்காலத்தில் அவர்கள் தலைவர்களாக வரலாம், பெரிய தொழிலதிபர்களாக வரலாம். ஒரு ஐ.பி.எஸ் அல்லது ஐ.ஏ.எஸ் அதிகாரியாக வரலாம். அப்படி எதுவும் ஆகாவிட்டாலும் ஒரு நல்ல மனிதனாக வரக்கூட வாய்ப்பிருக்கிறது.

நல்ல மதிப்பெண்கள் பெற்று அமெரிக்காவில் நல்ல வேலைக்கு சேர்ந்து கோவையில் ஒரு பெண்ணை திருமணம் செய்து கொண்டு போனவன், 5 வருடம் கழித்து அப்பெண்ணை அடித்துத் துரத்துகிறான். கோவை பள்ளியில் முதலிடம், ஐ.ஐ.டியில் முதல் மதிப்பெண். ஆனால் திருமணம் செய்து குழந்தை பிறந்தவுடன் மனைவியை அடித்துத் துரத்திவிட்டு, அந்தக் குழந்தையை தன்னுடன் வைத்துக் கொள்ள அமெரிக்காவில் உத்தரவு வாங்கி வைத்திருக்கிறான். அந்தப் பெண் என்னிடம் வந்து, "இந்த உலகத்தில் எனக்கு இருப்பதே ஒரு குழந்தை. அதைத் திரும்ப அமெரிக்காவிற்கு அழைத்துச் செல்வதற்கும் உத்தரவு வாங்கிவிட்டான்" என்று கூறி அழுதார். ஐ.ஐ.டியில் முதல் மதிப்பெண் பெற்று என்ன பயன். அவன் ஒரு நல்ல மனிதனாக இல்லையே. இப்படிப்பட்ட ஒருவனைத்தான் கல்வி நிலையம் மதித்து பாராட்டியிருக்கிறதா?

குறைந்த மதிப்பெண் வாங்கிய பல மாணவர்கள் நல்ல மனிதர்களாக இருப்பார்கள். அதிக வருமானம் உள்ளவர்களே ஏழைகளின் சொத்தை அபகரிக்கிறார்கள். அப்படியிருக்க வருமானம் இல்லாதபோதும், பிறருக்கு தீங்கு செய்யாத நல்ல மனிதர்கள் சிறந்தவர்களே! எனவே, ஆசிரியர்கள் ஒவ்வொரு மாணவரின் திறமையை வளர்க்க, வாய்ப்பை ஏற்படுத்தித் தர வேண்டும். அனைத்து மாணவர்களையும் சமமாக பாவிப்பதிலும் மகிழ்ச்சி உள்ளது. தனது மாணவர்கள் தன்னால் வளர்க்கப்படும் போது கிடைக்கும் மகிழ்ச்சி ஆசிரியருக்கு வேறெதிலும் இல்லை. தனது மாணவன் பெரிய சாதனை படைக்கும்போது ஓர் ஆசிரியர் மட்டற்ற மகிழ்ச்சி அடைகிறார்.

10

மேலாண்மை ஒரு கலை

1500 வருடங்களுக்கு முன்பு ஆப்பிரிக்காவின் பெரிய இராணுவ தளபதி ஹானிபால், கிரீஸ் நாட்டின்மீது படை எடுத்தான். அந்தப் படையெடுப்பின்போது ஹானிபால் பக்கம் பத்தாயிரம் படைவீரர்கள். ஆனால் எதிரிகளின் பக்கம் இருபதாயிரம் பேர். அவரது தளபதி, "இருபதாயிரம் பேரை எதிர்த்து எப்படி சண்டையிட முடியும்" என்று கேட்டான். அதற்கு ஹானிபால், "கவலைப்படாதே. உன்னுடைய தலைமைத் தளபதி நானே நிற்கிறேன். சண்டையிடு; வென்று விடலாம்" என்றான். சண்டையில் வெற்றி கண்டான். கிரீஸ் நாட்டை வென்ற ஒரே ஆப்பிரிக்க தளபதி அவன்தான். இதுதான் தலைமைப்பண்பு. தன்மீது முழுமையான நம்பிக்கை உள்ளவன்தான் தலைவன்.

சிறந்த முதல்வர் ஒருவர் இருந்தாலே, கல்வி நிறுவனம் நன்கு வளரும் என்பதில் எவ்வித சந்தேகமும் இல்லை. அப்படி வளர்ந்து பெயர் பெற்ற கல்வி நிலையங்கள் பலவற்றை நான் பார்த்திருக்கிறேன். இந்த தலைமை ஆசிரியர்களிடம் தலைமைப் பண்புகள் உள்ளன. நல்ல மேலாண்மைத் திறமையுடன் செயல் புரிகிறார்கள்.

நான் 24 வயதில் ஐ.பி.எஸ். பணிக்கு தேர்வானேன். அதற்கு முன்னால் நான் ஒரு வங்கி அதிகாரி. அப்போது, எனக்குக் கீழே ஐந்து குமாஸ்தாக்கள் பணியில் இருந்தார்கள். அதுவும் தலைமைப் பதவி தான். என்னுடைய 27 வயதில் நான் உதவி கண் காணிப்பாளராக கோபிசெட்டிபாளையத்தில் பணியாற்றினேன். அப்போது கிட்டத்தட்ட 800 அதிகாரிகளுக்கு நான்தான் உயர் அதிகாரி. எனக்குக் கீழே வேலைபார்த்த அனைவருக்குமே என்னைவிட வயது அதிகம்.

சின்ன வயதில் உயர்ந்த பதவியில் இருந்து கிடைத்த அனுபவங்களின் அடிப்படையில் நிர்வாகம் பற்றிய சில கோட்பாடுகளை என்னால் சொல்லமுடியும். சொல்வதற்கும் தகுதியிருக்கிறது என்று நினைக்கிறேன். தற்போதும் நான் கோவை நகரின் காவல்துறை ஆணையாளர் என்பதால் 3000 அதிகாரிகளை வழிநடத்திச் செல்லக்கூடிய பொறுப்பில் இருக்கிறேன்.

மேலாண்மை பட்டப்படிப்பு படிப்பவர்கள் முதலில் புரிந்து கொள்ள வேண்டியது, மேலாண்மை என்றால் என்ன என்பது தான். கல்லூரியில் படித்து 60 சதவீதம் மதிப்பெண் பெற்று, ஒரு எம்.பி.ஏ பட்டம் பெற்றால் ஒரு மேலாளர் என்று பலர் நினைக்கிறார்கள்.

ஒரு தொழில் நுட்பக்கல்லூரியில், கணிப்பொறியியல் படிக்கின்ற மாணவர்களிடத்தில் கம்ப்யூட்டர் என்றால் என்னவென்று கேட்டேன், அவர்களுக்கு சரியாகச் சொல்லத் தெரியவில்லை. மூன்று வருடம் படித்திருக்கிறார்கள். ஆனால் சொல்லத் தெரியவில்லை. கம்ப்யூட்டர் என்றால் ஓர் இயந்திரம் என்றான் ஒரு மாணவன். வெளியே நிற்கும் காரும் ஓர் இயந்திரம் தான். நிறையப் பேர் இப்படித்தான்; சரியாக வரையறுக்கத் தெரிவதில்லை.

மேலாண்மை என்பது ஒரு கலை: நிறையப் பேர் சிறந்த மேலாளராக இருப்பார்கள். ஆனால் எம்.பி.ஏ. படித்திருக்க மாட்டார்கள். எம்.பி.ஏ. படித்துத்தான் மேலாளராக வேண்டு மென்ற அவசியம் கிடையாது. எம்.பி.ஏ. படித்திருந்தும் பலருக்கும் ஒரு மேலாளரின் பணிகளை சரியாகச் செய்யத் தெரியவில்லை.

எனக்கு ஒரு பெண் மேலாளரைத் தெரியும். அவர்களுக்கு எட்டு பிள்ளைகள். அவர் ஏழாம் வகுப்புதான் படித்திருக்கிறார். ஆனால், அவர்கள் பிள்ளைகளெல்லாம் பெரிய பெரிய படிப்பு படிக்கவேண்டும் என்று ஆசைப்பட்டார். குழந்தைகள் ஒன்றாம் வகுப்பில் படிக்கும்போதிலிருந்தே அவரும் குழந்தைகளுடன் படித்துக் கொண்டார். பிள்ளைகளுக்குப் பாடம் சொல்லிக் கொடுப்பார். அந்தப் பெண்ணின் மகள் பத்தாம் வகுப்புத்தேர்வு எழுதினாள். முதல் வகுப்பில் தேர்ச்சி பெற்றாள். அந்த அம்மாவை

பரிட்சை எழுத வைத்தால் இன்னும் அதிகமாக மார்க் வாங்கியிருப்பார்கள். பிள்ளைகளுக்கு பாடம் சொல்லிக் கொடுத்து அவரும் படித்துவிட்டார். அவர் நினைத்தது போலவே அவருடைய இரண்டு பிள்ளைகள் பி.எச்.டி வரை படித்தார்கள். ஒரு மகள் தற்போது இணை ஆட்சியர். இன்றும் அந்தப் பெண் தான் குடும்பத்தை திறம்பட நிர்வகித்துக் கொண்டிருக்கிறார்.

அந்தப்பெண்மணி ஒரு நல்ல மேலாளர். அவர்களுக்கு ஒரு தோட்டம் இருந்தது. அதில் அறுவடை நேரங்களில் முப்பது பேர் வேலை பார்த்தார்கள். பத்திற்கும் மேற்பட்ட ஆடு, மாடுகள் வீட்டிலிருந்தன. அவற்றைப் பராமரிக்க வேண்டும், தோட்டத்தில் முப்பது பேருக்கு, வீட்டில் பத்துபேருக்கு என்று நாளொன்றுக்கு நாற்பது பேருக்கு உணவு சமைக்க வேண்டும். சமையல் பணியை அந்தப் பெண்மணி மட்டும் செய்வார்கள். இன்றைக்கு என் மனைவி நான்கு பேருக்கு சமையல் செய்வதற்கே கஷ்டப் படுகிறார். ஆனால், அந்தப் பெண்மணி ஒரு நாளைக்கு நாற்பது பேருக்கு சமையல் செய்வார்கள். ஒரே ஆள். காலையில் மூன்று மணிக்கு எழுந்து, தண்ணீர் இறைப்பார்; சமைப்பார். மாடுகளை பராமரிப்பார். அந்தப் பெண்மணியை எனக்கு நன்கு தெரியும்; ஏனென்றால் அவர் என்னைப் பெற்ற தாய். இன்றைக்கும் என் மகன் பொறியியல் கல்லூரியில் இரண்டாம் ஆண்டு படிக்கிறான் என்பது எனக்குத் தெரியும். ஆனால் அவன் என்ன மதிப்பெண் வாங்குகிறான் என்பதெல்லாம் எனது அம்மாவிற்குத்தான் தெரியும். எல்லாவற்றையும் கேட்டு தெரிந்து வைத்துக் கொள்வார். மேலாண்மை என்பது ஒரு கலை என்பதை அவரிடம் இருந்து கற்றுக் கொண்டேன்.

மேலாண்மை என்பது ஓர் அறிவியல்: அதை நீங்கள் நிறையக் கற்றுக் கொள்வீர்கள், உங்களுக்கு நிறைய கோட்பாடுகள் சொல்லிக் கொடுப்பார்கள். கம்ப்யூட்டரைப் பற்றி நிறைய பாடங்கள் உண்டு. நிறுவன மேலாண்மை (Enterprises Management) பற்றிச் சொல்லும்போது என்னவோ சொல்கிறார்கள் என்றுதான் தோன்றுமேதவிர என்ன என்று தெரியாது. ஒரு நிறுவனத்தின் பணியாளர்களின் நடத்தை (Organizational Behaviour) என்பது மேலாண்மைக் கல்வியின் ஒரு பிரிவு. எந்தத் தொழில் தொடங்க வேண்டும்? அதற்கு போதுமான நிதி திரட்டுவது எப்படி? லாபம் அடைவது எப்படி? என்பதற்குப் பல விஞ்ஞான கணக்குகள்

கற்றுத்தரப்படும். முடிவெடுக்கவும் விஞ்ஞான முறைகள் சொல்லித் தரப்படும். இப்படி நிர்வாக அறிவியலை உங்களுக்கு கற்றுக்கொடுப்பார்கள்.

உங்கள் தாய் எப்படி உங்களை வளர்க்கிறார்கள். எவ்வளவு கஷ்டப்பட்டு பணம் திரட்டி உங்களுக்கு கல்விக்கட்டணம் கட்டி இருக்கிறார்கள். இதெல்லாம் தான் கலை. எனக்குத் தெரிந்த ஒரு பெண், கரூர் காகித ஆலையில் ஒரு நாளைக்கு 90 ரூபாய்தான் சம்பளம் வாங்குகிறார். வேலைக்குச் சென்றால் சம்பளம். இல்லாவிட்டால் இல்லை. தன் இரண்டு மகள்களையும் என்ஜினியரிங் கல்லூரியில் படிக்க வைக்கிறார். என்னிடம் உதவி கேட்டு வந்ததால் அவரை எனக்குத் தெரியும். ஒரு வசதியும் கிடையாது. கணவன் உதவி இல்லை. அதனால் அந்தப் பெண்தான் வீட்டை நிர்வாகம் செய்கிறார். அடுத்த வருடம் கல்லூரிக் கட்டணம் எப்படி கட்டுவாய் என்று கேட்டேன். 'உடம்பில் உயிர் இருந்தால் இரண்டு மகள்களையும் என்ஜினியரிங் படிக்க வைத்து விடுவேன்' என்று கூறினார்.

மேலாண்மைப் பட்டப்படிப்பு படிக்காமலேயே இந்தப் பெண்மணி ஒரு மேலாளர்தான். ஏழ்மையைக் கண்டு அஞ்ச வில்லை; முடிவு எடுக்கத் தயங்கவில்லை. நினைத்ததை செய்து முடிக்கிறார் இந்தப்பெண்மணி. அமெரிக்காவில் இருக்கும் எனது நண்பர் மூலமாக இந்தப்பெண்மணியின் மகளுக்கு நிதியுதவி செய்து தந்ததில் எனக்கு மகிழ்ச்சி. ஒரு காரியத்தை செய்து முடிப்பதுதான் மேலாண்மை என்றார் நிர்வாக குரு பீட்டர் டிரக்கர். இப்பெண்மணியும் ஒரு மேலாளர் அல்லவா?

நீங்கள் ஒரு கல்லூரியில் சேர்ந்து எம்.பி.ஏ. படித்து விட்டீர்கள். 80 சதவீதம் மதிப்பெண் பெற்றிருக்கிறீர்கள் என்பதற்காக மட்டும் ஒரு பெரிய நிறுவனம் உங்களை மேலாளராக நியமிக்காது. பிறகு நாங்கள் எதற்காக எம்.பி.ஏ படிக்கிறோம் என்று நீங்கள் கேட்கலாம். இரண்டு ஆண்டுகள் ஒரு மேலாளருக்கான அடிப்படை திறமைகள் கற்றுத்தரப்படுகின்றது. நீங்கள் எம்.பி.ஏ படிக்கும்போதே, ஒரு நல்ல மேலாளருக்குத் தேவையான மேலும் பல திறமைகளை வளர்த்துக் கொள்ள வேண்டும். வெறுமனே பாடங்களை படிப்பது மட்டும் போதாது. ஒரு கல்லூரி ஆரம்பிக்க வேண்டும் என்று ஒரு தொழிலதிபர்

அழைக்கிறார். நீங்கள் எம்.பி.ஏ. படித்திருக்கிறீர்களே, கல்லூரி ஆரம்பியுங்கள் என்கிறார். கல்லூரி கட்ட இடம் கண்டுபிடிக்க வேண்டும். அதுவும் பிரச்சனைக்குரிய இடம் இல்லாமல் இருத்தல் வேண்டும். அந்த இடத்தை வாங்கும் திறமை உங்களுக்கு வேண்டும். சரியான ஆட்களை நியமிக்க உங்களுக்குத் திறமையிருக்க வேண்டும். கட்டிடம் கட்டுவதற்கான ஒரு நம்பகமான நபரை கண்டுபிடிக்க வேண்டும்.

எதை வேண்டுமானாலும் கண்டுபிடித்து விடலாம். ஆனால் தகுதியுள்ள பேராசிரியர்களைக் கண்டுபிடிப்பது கடினம். என்னிடம் ஒரு மேலாளர், "நான் பள்ளி ஒன்றை நடத்திக் கொண்டிருக்கிறேன், நீங்கள்தான் நிறைய பள்ளிகளுக்குப் போகிறீர்களே, நன்றாக ஆங்கிலம் பேசத்தெரிந்த ஓர் ஆசிரியர் இருந்தால் சொல்லுங்கள். ஒரு லட்சம் ரூபாய் சம்பளம் கொடுக்கிறேன், ஆனால், அவர் ஒரு புலமைபெற்ற ஆசிரியராக இருக்கவேண்டும். அவர் வகுப்பறைக்குள் நுழைந்தால், அனைத்து குழந்தைகளுக்கும் படிக்கவேண்டுமென்ற ஆர்வம் வர வேண்டும், அவர் ஆங்கிலம் தவறில்லாமல் பேச வேண்டும், சரியான உச்சரிப்புடன் பேச வேண்டும்" என்றார்.

திறமைமிக்க ஓர் ஆசிரியருக்கு இன்று ஒரு லட்சம் ரூபாய் வரை சம்பளம் தரத் தயாராக இருக்கிறார்கள். எனவே, கல்லூரியில் படிக்கிற குறுகிய காலத்தில் மேலாண்மை என்றால் என்ன? நீங்கள் மேலாளராக ஆவதற்கு உங்களை எப்படி தகுதிப் படுத்திக் கொள்ள வேண்டும் என்று சிந்திக்க வேண்டும்.

ஆங்கிலம் பேசத் தெரியவேண்டும். பன்னாட்டு நிறுவனங்களில் உயர்பதவி வகிக்க ஆங்கிலம் முக்கியம். ஆங்கிலம் பேசுகிற திறமையை வளர்க்க ஆங்கிலச் செய்திகளை கேட்க வேண்டும். துணிச்சல் குணம் உள்ளவர்கள்தான் நல்ல மேலாளராக இருக்க முடியும். ஆபத்துகளை சந்தித்து சமாளிக்கும் திறனை வளர்த்துக் கொண்டால் மட்டுமே தகுதியுள்ள ஒரு மேலாளராக முடியும்.

மேலாண்மை என்பது ஓர் ஆராய்ச்சிப்பாடம்: இன்று மேலாண்மை என்பது ஆய்வு பொருளாகிவிட்டது. பல்கலைக் கழகங்களில் பலவிதமான ஆராய்ச்சிகள் மேலாண்மை குறித்து

நடத்தப்பட்டு வருகிறது. சம்பளம் அதிகமாக்கினால் தொழிலாளிகளின் உற்பத்தித்திறன் அதிகரிக்குமா? அதிக நேரம் ஓய்வு வழங்கினால் தொழிலாளிக்கு திருப்தி வருமா? என்பது போன்ற ஆராய்ச்சிகள் பல நடந்துள்ளன. இன்றும் பல ஆராய்ச்சிகள் சந்தைப்படுத்துதலில் (Marketing) நடந்து கொண்டிருக்கின்றன.

நேரத்தின் பயன்பாடு: நீங்கள் ஒரு நல்ல மேலாளராக, தலைவராக வேண்டுமென்றால் முதல் நிபந்தனை, நேரத்தை பயனுள்ள வகையில் பயன்படுத்த வேண்டும் என்பதுதான். உங்கள் திறமைகள் வளர வேண்டுமென்றால், உங்களை ஒரு நிறுவனம் அழைத்து மாதம் 2 லட்சம் ரூபாய் சம்பளம் தருகிறேன் என்று சொல்ல வேண்டும் என்றால் கல்லூரியில் படிக்கிறபோது நேரத்தை சரியாகப் பயன்படுத்தி உங்களுடைய ஆளுமைத் திறனை வளர்த்துக் கொள்ளுங்கள்.

நேரத்தை சேமிக்க சினிமா பார்ப்பதை தவிர்க்கலாம். (சில மட்டமான சினிமா பார்க்காமல் இருந்தாலே நீங்கள் வாழ்க்கையில் முன்னேறி விடலாம்) தரம் தாழ்ந்த பொழுது போக்குகளில் சொல்லக்கூடிய கருத்துக்கள் அவ்வளவு மடத்தனமாக இருக்கிறது. சில தொலைக்காட்சித்தொடர்கள் அதை விடக் கேவலமானவை. மிக மிகக் தரம் தாழ்ந்த கருத்துக்களை வைத்து கேவலமான வார்த்தைகளை நகைச்சுவைகளாக நினைத்து நாம் சிரித்துக் கொண்டிருக்கிறோம். இப்படியே நீங்கள் சிரித்துக் கொண்டிருந்தால், சில ஆண்டுகள் கழித்து, உங்களைப் பார்த்து, மற்றவர்கள் சிரிப்பார்கள்.

எனக்கு மிகுந்த வருத்தம் தருவது என்னவென்றால், நாம் இப்போது இடைவிடாமல் நகைச் சுவைக் காட்சிகளைப் பார்த்து ரசிக்கிறோம். பலர் ஒருவனை அடிக்கிறார்கள். அடி வாங்குபவனைப் பார்த்து நாமெல்லாம் சிரிக்கிறோம். இதில் சிரிக்க என்ன இருக்கிறது? உங்களை ஒருவன் அடித்தால் நீங்கள் சிரிப்பீர்களா? ஒருவனை இழிவுபடுத்துவதில் உங்களுக்கு மகிழ்ச்சியா? ஒருவர் அடிக்குமேல் அடிவாங்கி சட்டையையும் பேண்ட்டையும் கிழித்துக்கொண்டு நிற்பதைப் பார்த்து வாய்விட்டு சிரிக்கிறோம். உங்கள் சட்டையையும் வேஷ்டியையும் ஒருவன் கிழித்தால் உங்களுக்கு எப்படி இருக்கும்? இதைப் பார்த்து எப்படி சிரிப்பு வரும்? எனக்கு ஒன்றுமே புரியவில்லை. நாம் பார்ப்பதால்

தானே இதுபோல் 'படம்' காட்டிக் கொண்டிருக்கிறார்கள். ஏன்? இதில் கொஞ்சம்கூட லாஜிக்கே இல்லை. நீங்கள் சிந்திக்க வேண்டும். உங்களை அந்த இடத்தில் வைத்துப் பார்க்க வேண்டும். இது ஒரு பொழுதுபோக்கு என்பீர்கள். நீங்கள் என்ன வேண்டுமென்றாலும் பார்த்து விட்டுப்போங்கள். அதைப்பற்றிக் கூட கவலையில்லை. ஆனால் எவ்வளவு பொழுதைத்தான் போக்குவீர்கள்? எல்லா பொழுதையும் போக்குவதா?

கல்லூரியில் நான்கு வருடங்கள்தான் உங்களுக்கு இருக்கிறது. பொழுதுபோக்கிலிருந்து விடுபட்டு அந்த நேரத்தை சேமியுங்கள். இந்த நேரத்தில் ஆங்கிலம் பேச, எழுதக் கூடிய திறமைகளை வளர்த்துக் கொள்ளுங்கள். எம்.பி.ஏ. என்றால், 'இன்டர் பர்சனல் ஸ்கில்ஸ்' என்று சொல்வேன். இரண்டு மனிதர்களுக்கிடையே உள்ள உறவுகளை சிறந்த முறையில் வளர்க்கும் திறன்தான் மேலாண்மைப் படிப்பு. அதற்கு பயிற்சி எடுங்கள்.

இந்த குறுகிய காலத்தில் நீங்கள் நிறைய திறமைகளை வளர்த்துக்கொள்ள வேண்டும். மனிதர்களைப் பற்றிய கல்வி முக்கியம். பாடம் படிப்பதுபோல் மனிதர்களைப் படிக்க வேண்டும். மனிதனுக்கு என்ன தேவை? ஏன் இந்த மனிதன் இப்படி நடந்து கொள்கிறான்? அந்த மனிதனை நம்முடைய ஆளுகைக்குள் கொண்டுவருவது எப்படி? மற்றவர் மனதில் ஆர்வத்தை ஏற்படுத்துவது எப்படி? என்பவற்றை எல்லாம் சிந்தியுங்கள். ஒரு தொழிற்சாலையில் உங்களை வேலைக்கு நியமிக்கிறார்கள். ஐந்துபேர் சேர்ந்து ஒரு மோட்டார் சைக்கிளை தயாரிக்கிறார்கள் என்று வைத்துக் கொள்வோம். அந்த ஐந்து பேரை வைத்து இரண்டு மோட்டார் சைக்கிள்கள் தயாரிக்க என்ன செய்ய வேண்டும் என்பதை கற்றுக் கொள்ளுங்கள்.

செயல்திறனை வளர்த்தால் நேரம் லாபகரமாக பயன் படுத்தப்படுகிறது. பொழுதுபோக்கு என்று கழித்தால் நேரம் விரயமாகிறது.

11

மேலாண்மை மந்திரங்கள்

நீங்கள், உங்கள் தாய், தந்தை இப்படி அனைவருமே மேலாளர்கள்தான். நான் மாணவனாகத்தானே இருக்கிறேன். எனக்குக் கீழே யாரும் வேலை பார்க்கவில்லையே, நான் எப்படி மேலாளர் என்று கேட்கலாம். நீங்களும் மேலாளர்கள் தான். ஏனென்றால் உங்களுக்கும் செய்ய வேண்டிய பணிகள் உண்டு. செய்து முடிக்க வேண்டிய வேலைகள் உண்டு. பழக வேண்டிய நண்பர்கள் உண்டு. இந்த வேலைகளை செவ்வனே செய்தால் நீங்கள் நல்ல மேலாளர். இல்லையென்றால் நீங்கள் நல்ல மேலாளர் இல்லை.

ஒரு தலைமைப்பண்புடையவராக இருப்பதற்கோ, ஒரு நல்ல மேலாளராக செயலாற்றவோ, உங்களுக்குக் கீழே ஆயிரம் பேர் வேலை பார்க்கவேண்டிய அவசியமில்லை. ஏனென்றால் உங்களுக்கும் நிறைய வேலைகள் இருக்கின்றன. பாடத்தைப் படிக்க வேண்டிய பொறுப்பு இருக்கிறது. போட்டிகளில் பங்கு கொள்ள வேண்டியிருக்கிறது. தேர்வு எழுத வேண்டியுள்ளது. வீட்டிலுள்ள வேலைகளை செய்ய வேண்டும். நண்பர்களோடு பேச வேண்டும். இவற்றை ஒழுங்காகச் செய்தாலே ஒரு மேலாளருடைய வேலையை நீங்கள் செய்கிறீர்கள் என்று பொருள்.

தோட்ட வேலையாளுக்கு ஒரு நாளைக்கு 150 ரூபாய் சம்பளம். காலையில் ஆறு மணியிலிருந்து மாலை ஆறு மணி வரை வேலை பார்க்கிறார்கள். பெற்றோர்கள் கல்லூரியில் படிக்கும் உங்களுக்காக நாள் ஒன்றுக்கு ஐந்நூறு ரூபாய் செலவு செய்கிறார்கள் என்றால், 500 ரூபாய்க்கு ஈடான வேலை பார்க்கிறீர்களா? உங்கள் வீட்டில் கஷ்டப்பட்டு 50,000 ரூபாய் பணம் செலுத்தி கல்லூரிக்கு அனுப்பியிருக்கிறார்கள் என்றால், அந்த ரூபாய் மதிப்பிற்கு நான் வேலை பார்க்கிறேனா? என்ற

கேள்வியை உங்களுக்குள்ளேயே அடிக்கடி கேட்டுக் கொள்ளுங்கள்.

காலையில் எழுந்திருங்கள் :

காலையில் ஐந்து மணிக்கு எழுந்துவிடுவது என்பது ஒரு பயனுள்ள செயல். அதைச் செய்தால் நீங்கள் ஒரு நல்ல மேலாளராக இருக்க வாய்ப்புண்டு. நல்ல பல பணிகளை காலை ஐந்து மணி முதல் ஏழுமணி வரை செய்து முடிக்க முடியும். பல நல்ல யோசனைகளும், பிரச்சனைகளுக்கான தீர்வுகளும் மனதில் தோன்றுவதும் வளர்வதும் இந்த அதிகாலைப் பொழுதுகளில் தான்.

வாசியுங்கள்:

சாதாரண கிராமப்புறங்களிலிருந்து கற்க வந்திருப்பீர்கள். உங்களுக்கு ஆங்கில அறிவு சற்றுக்குறைவாக இருக்கும். ஆங்கிலம் சரியாகப் பேசத்தெரியவில்லையென்றால் எந்த நிறுவனத்திலும் உங்களை ஒரு மேலாளராக சேர்க்க மாட்டார்கள். ஆங்கில அறிவை நீங்கள் வளர்த்துக் கொள்ள வேண்டும். ஒரு பாடத்தை எப்படிப் பயில்வது என்பதை திட்டமிட்டு செயல் படுத்துவதும் ஒரு மேலாண்மை திறன்தானே !

டாக்டர் அப்துல்கலாம் தமிழ் வழியில்தான் படித்திருக்கிறார். ஆனால் அவரது ஆங்கிலம் அற்புதமானது. எந்த மொழியையும் கற்றுக்கொள்ள முடியும். மொழி பயில்வது என்பது ஒரு கலை. தமிழ்வழியில் படித்தவர்கள் ஆங்கிலம் படிக்கக் கூடாது என்று யாரும் சொல்லமுடியாது. நானே தமிழ் வழிக்கல்வியில் படித்தவன்தான். ஆனால் இன்று ஆங்கிலத்தில் புத்தகங்களைக்கூட எழுத முடிகிறது. நான் எழுதிய 'Be Ambitious' என்ற புத்தகத்தைப் படித்துப் பார்த்தால் யாரும் ஆங்கிலம் கற்க முடியும் என்று உங்களுக்குப் புரியும். தினமும் ஒரு மணிநேரம் ஆங்கிலச் செய்திகளைக் கேட்க வேண்டும், செய்தித் தாள்களைப் படிக்கவேண்டும். ஆங்கிலத்தில் பிரபலமான கதைப் புத்தகங் களைப் படியுங்கள். ஆங்கிலப்புலமை தானாக வரும். மேலாண்மையின் ஒவ்வொரு பிரிவிற்கும் நல்ல புத்தகங்கள்

உள்ளன. விற்பனை மேலாண்மையைப் பற்றி ஆங்கிலத்தில், 'பிலிப் கோட்லர்' எழுதிய புத்தகம் உள்ளது. இது தவிர நிறைய நல்ல புத்தகங்கள் உள்ளன. மேலாண்மை என்ற தலைப்பில் பீட்டர் டிரக்கர் எழுதிய புத்தகங்கள் உலகப்புகழ் பெற்றவை. அவற்றைப் படியுங்கள்.

கௌடில்யர் எழுதிய 'அர்த்த சாஸ்திரம்' ஆங்கிலத்தில் உள்ளது. அதைப் படியுங்கள். ராபர்ட் கிரீன் எழுதிய, '33 ஸ்ட்ராட்டஜிஸ் ஆப் வார்', '48 லாஸ் ஆப் பவர்', ஸ்டீபன் கோவே எழுதிய 'செவன் ஹேபிட்ஸ்', நெப்போலியன் ஹில் எழுதிய 'லா ஆப் சக்ஸஸ்' புத்தகங்கள் போன்று நிறைய நல்ல புத்தகங்கள் உள்ளன. அவற்றை வாசிக்க வேண்டும். நிறைய கற்றுக் கொள்ள வேண்டும்.

என் அப்பா கப்பற்படையில் இரண்டாம் உலகப்போரில் பணியாற்றியவர். ஆனாலும் விவசாயக்குடும்பம்தான். வசதி குறைவான வீடுதான். நான் வசித்ததும் கிராமத்தில்தான்.

ஆனாலும் நான் சிறுவனாக இருக்கும்போது 'ஹிந்து' பேப்பர் வாங்கிக் கொடுப்பார். எனது தந்தை, "வாசிக்க வேண்டும், நல்ல நல்ல புத்தகங்களைப் படித்து அறிவை வளர்த்துக் கொள்ள வேண்டும்" என்று கூறுவார். நானும் தவறாமல் ஆங்கிலச் செய்தித் தாள் படிப்பேன். கிராமத்தில் தமிழ்வழிக் கல்வியானாலும் ஆங்கில அறிவு பெறுவதற்கு ஆங்கிலப் பத்திரிகை உதவியது.

காலையில் ஐந்து மணிக்கு எழுந்து அசைன்மெண்ட்டை எழுதுங்கள், சிந்தியுங்கள். பாடப் புத்தகங்கள் படியுங்கள். இதைச் செய்தால் மாணவர்களாகிய நீங்கள் சிறந்த தலைவராக முடியும். தலைமைப் பண்புகளைப் பெறமுடியும்.

'என்னால் முடியும்' என்று நம்புங்கள் :

படித்து முடித்தபின் நீங்கள் வேலை பார்க்கத் தொடங்கும் போது சிரமங்கள் ஏற்படும். சிரமங்களைக் கண்டு கலங்குவது அறிவுடைமை ஆகாது. இப்போதே உங்கள் பெற்றோர்கள் கஷ்டப் படுவார்கள். கஷ்டப்பட்டுதான் படிக்க வைத்திருப்பார்கள். இந்த சிரமமான சூழ்நிலையில் என்னால் மேலாளராக முடியாது என்று

நினைப்பது தவறு. இன்னும் சொல்லப்போனால், சிரமமான சூழ் நிலையில்தான் சிறந்த தலைவர்கள் உருவாகிறார்கள்.

'பெரிய தொழிலதிபருக்குப் பிள்ளையாகப் பிறந்திருந்தால் நான் பெரிய நிறுவனத்தை தொடங்கியிருப்பேன்; நான் கலெக்டர் பிள்ளையாகப் பிறக்கவில்லையே' என்றெல்லாம் வருத்தப் படாதீர்கள். அதைவிட பெரிய முட்டாள்தனம் வேறில்லை. கலெக்டர் பிள்ளைகள் கலெக்டர் ஆவதில்லை. தொழிலதிபர் பிள்ளைகளெல்லாம் தொழிலதிபர் ஆவது கிடையாது. நிறைய தொழிலதிபர்களின் பிள்ளைகள் இப்போதே திவாலாகி விட்டார்கள். நன்றாகப் புரிந்துகொள்ளுங்கள். தொழில் தொடங்குவதற்கு பணம் தேவையில்லை. மனம்தான் தேவை. பெரிய தொழில் தொடங்க முக்கிய முதலே தன்னம்பிக்கைதான் என்கிறார் ஆங்கில அகராதியை தொகுத்த சாமுவேல் ஜான்சன்.

இந்தியாவில் உள்ள முதல் நூறு பணக்காரர்களின் பெயர்களை எழுதினால் அவர்களெல்லாம் பெரிய பணக்கார வீட்டில் பிறந்தவர்கள் இல்லை. இன்று உலகப் பணக்காரர்கள் முகேஷ் மற்றும் அனில் அம்பானியின் தந்தை திருபாய் அம்பானி லாரி டிரைவர் என்பது உங்களுக்குத் தெரியுமா? திருபாய் அம்பானியின் இரண்டு பிள்ளைகளில் ஒருவரான முகேஷ் அம்பானிதான் இன்று இந்தியாவின் மிகப்பெரிய பணக்காரராக இருக்கிறார்.அம்பானி சாதாரண டிரக் டிரைவராக இருந்தபோது, அவரிடம் பணமில்லை. சிரமமான சூழ்நிலைகள்தான் சிறந்த மேலாளர்களை, தலைசிறந்த தலைவர்களை உருவாக்கு கின்றன.

என்னுடைய இருபதுவருடப் பணியனுபவத்தில் பெரிய பெரிய பிரச்சனைகளையெல்லாம் சந்தித்திருக்கிறேன். வீரப்பனை யாருமே எதிர்க்காதபோது அவனைப் பிடிப்பதற்கு முதலில் முயற்சி எடுத்த அனுபவம் எனக்கு உண்டு. என்னுடன் நியமிக்கப் பட்டவர்கள் நான்குபேர். கர்நாடகாவின் டி.எப்.ஓ. சீனிவாசன், எஸ்.பி ஹரிகிருஷ்ணா, எஸ்.ஐ. ஷகீல், எஸ்.ஐ. தினேஷ்குமார். நாங்கள் ஐவரும் ஒரு குழுவாக செயல்பட்டோம்.

முதல் வாரத்திலேயே துப்பாக்கிச்சூடு. வீரப்பன் சுட்டதில் என்னுடன் இருந்த மூன்றுபேர் காயமடைந்தார்கள். அதில் ஒருவர் பின்னர் இறந்துவிட்டார். சில நாட்கள் கழித்து நடந்த

சண்டையில் நான் திருப்பிச் சுட்டதில் அவர்கள் கூட்டத்தில் இரண்டுபேர் இறந்தார்கள். துப்பாக்கிக் குண்டுகள்; உயிரே போய்விடும்.

இந்த முயற்சியில் இரண்டு வருடங்கள் முடியும்போது, எங்களது ஐந்துபேர் கொண்ட குழுவில் நான்குபேர் இறந்து விட்டார்கள். வீரப்பனே அவர்களைச் சுட்டுக்கொன்றான். நான் மட்டும்தான் உயிருடன் இருக்கிறேன். சிரமமான சூழ்நிலைகள் வரும்போது கஷ்டமாகத்தான் இருக்கும். ஆனால் அதுபோன்ற சூழ்நிலைகள் தான் ஒரு சிறந்த அதிகாரியை உருவாக்கும். ஆபத்துக்களை ஏற்றுக் கொள்ளும் பக்குவம் எனக்கு இன்று வந்துவிட்டது.

கடலூரில் மாவட்ட போலீஸ் அதிகாரியாக நான் இருந்த போது, இரண்டு ஜாதிகளுக்குள் பயங்கரமான கலவரம். அப்போது நூற்றுக்கணக்கான வீடுகள் எரிக்கப்பட்டன. இரு தரப்பினர் ஒரு போரில் சண்டையிடுவதைப் போல மோதிக் கொண்டனர். அது கஷ்டமான சூழ்நிலைதான்.

ஆனால் அது போன்ற சூழ்நிலையில்தான் நமது திறமைக்கு ஒரு சவால் விடப் படுகிறது. துணிந்து எதிர்கொண்டதால் கலவரத்தை அடக்க முடிந்தது. இன்றும் அந்த நிகழ்வுகளை நினைத்தால் நாமா இதைச் சமாளித்தோம் என்ற பூரிப்பு ஏற்படுகிறது. பல ஜாதிக் கலவரங்களைச் சந்தித்திருக்கிறேன்.

பிரச்சனைகள் பல சந்தித்திருக்கிறோம். பிரச்சனைகள் இருக்கிறதென்று பயப்படாதீர்கள். அவற்றை எதிர்கொள்ளுங்கள். பிரச்சனைக்கு வரவேற்பு கொடுங்கள். பிரச்சனைகள் இருந்தால், அவற்றை சமாளித்து அனுபவம் பெறமுடியும். அனுபவம் உள்ள மருத்துவரால்தானே இருதய அறுவை சிகிச்சை செய்ய முடியும். பிரச்சனைக்கு தீர்வு கண்டு பழகிய ஒருவர்தான் நல்ல தலைவராக முடியும்.

நல்ல உறவுகள்:

நீங்கள் ஒரு நல்ல மேலாளராக அல்லது நல்ல தலைவராக விரும்பினால் நல்லவர்களுடன் உறவுகளை வளர்த்துக் கொள்ள

வேண்டும். உறவுகளும் நல்லவையாக இருக்கவேண்டும். கல்லூரி முதல்வருக்கு பேராசிரியர்களுடனும், அலுவர்களுடனும் நல்ல உறவு வேண்டும். அவர்களது தேவையை பூர்த்தி செய்ய வேண்டும். நான் ஒரு காவல் துறை அதிகாரி என்றால் மாநகர காவல் துறையின் 3000 அதிகாரிகளுக்கு என்னென்ன தேவை என்று பார்த்து, அதைச் செய்துகொடுக்க வேண்டும். கடைநிலை ஊழியனாக இருந்தாலும் நாம் அவர்களிடம் நல்ல உறவை வளர்த்துக்கொள்ள வேண்டும்.

ஓர் அரசு அதிகாரி ஓய்வு பெற்றார், யாருக்கும் அவரை பிடிக்காது. அனைவரையும் திட்டிக்கொண்டே இருந்ததாலும், அனைவருக்கும் தண்டனை கொடுத்ததாலும், அவர் ஓய்வு பெற்றதும் யாரும் அவரை மதிக்கவில்லை. என் வீட்டில் கல்யாணம், பணியாளர் ஒருவரை அனுப்பி வையுங்கள் என்று கேட்டிருக்கிறார். அப்போது பொறுப்பில் இருந்த அதிகாரி அனுப்பமுடியாது என்று சொல்லிவிட்டார். ஓய்வு பெற்ற அதிகாரி உயர் பதவியில் இருந்தபோது இவருக்கு தண்டனை கொடுத்திருக்கிறார். நியாயமில்லாத தண்டனை!

'நீங்கள் ஓய்வு பெற்றுவிட்டதால் உங்கள் வீட்டிற்கு அனுப்ப முடியாது' என்றார் பொறுப்பு அதிகாரி. உடனே ஓய்வு பெற்றவர், இன்னொரு ஓய்வுபெற்ற அதிகாரியின் பெயரைச் சொல்லி, அவர் வீட்டிற்கு மட்டும் உதவிக்கு அனுப்பினீர்களே என்று கேட்டார். 'அவர் வீடென்றால் நானே போய் உதவி செய்வேன்' என்றார் இந்த அதிகாரி. ஏனென்றால். ஓய்வு பெற்ற அந்த நல்ல அதிகாரிமீது அவர் அதிக மரியாதை வைத்திருக்கிறார். அவர் மட்டுமல்ல. அனைத்து அதிகாரிகளும் அன்பும் மரியாதையும் வைத்துள்ளனர்.

மேலாண்மை திறமையை எப்படி வளர்த்துக் கொள்வது? உங்களுக்கு எல்லா திறமைகளும் உள்ளன. உங்களை நீங்களே நல்ல மேலாளராக்கிக் கொள்ள முடியும். உங்களை குறைவாக எடை போடாதீர்கள்.

மேலாண்மைத்திறன்களை வளர்த்துக் கொண்ட மாணவன் வளாக நேர்காணலில் (Campus Interview) தன்னை அதிக விலைக்கு விற்பனை செய்கிறான்.

சிறந்த கல்லூரிகளில் படித்து முதலிடம் பெற்ற மாணவர்களுக்கு சம்பளம் வருடத்திற்கு 12 லட்சம் கொடுக்கிறார்கள். மாதம் ஒரு லட்சம் ரூபாய் சம்பளம். அதே, கல்லூரியின் கடைசி மாணவனுக்கு வருடத்திற்கு ஒரு லட்சம் கொடுக்கக்கூட அதே நிறுவனம் தயங்குகிறது.

முதல் மாணவன் தன்னைத்தானே 12 லட்சத்திற்கு விற்கிறான். கடைசி மாணவன் தன்னை ஒரு லட்சத்திற்குத்தான் விற்கிறான். காரணம் ஒன்றே ஒன்றுதான். அது அவர்களிடம் இருக்கிற மேலாண்மைத் திறன்.

12

மேலாண்மை உத்திகள்

உங்களுக்கு ஒரு நிறுவனத்தில் வேலை கொடுத்தார்கள் என்றால், அதை மிகச் சிறப்பாகச் செய்யவேண்டும். ஆழ்ந்து செய்யவேண்டும். துப்புரவு பணிகொடுத்தால்கூட, சிறந்த துப்பரவு தொழிலாளி என பெயர் எடுக்க வேண்டும்.

செய்யும் தொழிலில் ஈடுபாடு வேண்டும்:

இந்தியாவின் சிறந்த ஓவியரான எம்.எப்.உசேன் எப்படி படம் வரைவாரோ, ஜாகீர் உசேன் எப்படி தபேலா வாசிப்பாரோ அதைவிட கவனமாக உங்கள் வேலையைச் செய்ய வேண்டும். அப்படிச் செய்தால் நீங்கள் ஒரு நல்ல மேலாளராகி விடலாம்.

ஒரு நாள், சில பெண்கள் என்னிடம் முறையிட்டனர், நாங்கள் எம்.சி.ஏ. படித்திருக்கிறோம். எங்களுக்கு 25,000 சம்பளம் தரலாம் என்று சொல்லி பணியமர்த்தினார்கள். ஆனால், எங்களை கணிப்பொறிகளையெல்லாம் துடைக்கச் சொல்கிறார்கள். அவர்கள்மீது வழக்கு போட்டு சிறைக்கு அனுப்புங்கள் என்று புகார் செய்தார்கள். நீங்கள் அன்றாடம் பயன்படுத்தும் கணிப்பொறியைத்தானே துடைக்கச் சொன்னார்கள் என்று கேட்டேன். அதெல்லாம் துப்புரவுப் பணியாளர்தான் துடைக்கவேண்டும். நாங்கள் எதற்கு துடைக்க வேண்டுமென்றார்கள். இது போன்ற மனநிலை இருந்தால் உங்களுக்கு வேலை கிடைக்காது. கிடைத்த வேலையும் போய் விடும். இந்தியாவில் மட்டுமல்ல. எங்குமே கிடைக்காது.

போட்டி உங்களுக்கும் இன்னொரு இந்தியனுக்கும் கிடையாது. உங்களுக்கும் சைனாக்காரர்களுக்கும், உங்களுக்கும் ஜப்பானியர்களுக்கும். ஜப்பானியர் கணிப்பொறியை துடைக்கச் சொன்னாலும் துடைப்பார். கழிப்பறையை சுத்தம் செய்யச்

சொன்னாலும் செய்வார். இதுதான் உண்மை நிலை. பன்னாட்டு நிறுவனம் உங்களுக்கு வேலை தருமா? ஜப்பானியருக்கு வேலை தருமா?

உங்கள் பணியை நீங்கள் நேசிக்க வேண்டும். செய்யக்கூடிய தொழிலை நேசிப்பதுதான் மேலாண்மை. எந்த வேலையாக இருந்தாலும் செய்யத் தயங்கக்கூடாது. சம்பளத்தை எதிர் பார்க்காமல் வேலை செய்யுங்கள்.

நான்குபேர் வேலை பார்த்தால் இரண்டு மேற்பார்வை யாளர்கள் என்பது பழையமுறை. இதுவே கேரளாவில் பார்த்தால், கட்டட வேலை பார்ப்பவன் இரண்டுபேர் என்றால் மேற்பார்வை யாளர்கள் ஒருவர் இருப்பார். இந்தியாவில் உள்ள மிகப்பெரிய பிரச்சனை இதுதான். வேலை பார்க்காமல் மேற்பார்வையிடு பவர்கள் அதிகம்.

ஹுண்டாய் கம்பெனியில் பி.இ. படித்த பொறியாளர்கள் மூன்றே பேர்தான். மற்றவர்களெல்லாம் டிப்ளமோ, ஐ.டி.ஐ. படித்தவர்கள். இவர்கள் போதும், வேலை பார்ப்பவர்கள்தான் வேண்டுமே தவிர மேற்பார்வையாளரெல்லாம் வேண்டாம் என்கிறார்கள், தென் கொரிய கார் தொழிலதிபர்கள்.

சில மேலாண்மை உத்திகள்:

உங்களுக்குக் கீழே பணியாற்றுபவர்களின் பெயரைத் தெரிந்து வைத்துக் கொள்ளுங்கள். தனது பெயர்தான் ஒரு மனிதனுக்கு மிகவும் பிடித்த இசை. பெரிய அதிகாரி பெயர் சொல்லி அழைத்தால் ஊழியருக்கும் மகிழ்ச்சி கிட்டும். பெயர்களை மறந்துவிடுவீர்கள் என்றால் மற்றவர்களின் பெயர்களை நினைவில் நிறுத்தும் பயிற்சி எடுத்துக்கொள்ளுங்கள்.

உங்களுடன் பணியாற்றுபவர்களைப் பார்த்துப் புன்னகைக்க கற்றுக்கொள்ளுங்கள். கீழே இருக்கும் ஊழியர்களிடம் சிரிக்கும் பழக்கம் அரிது. அறிவுரை வழங்கும் பழக்கம்தான் இருக்கிறது. பேசிக்கொண்டே இருக்கிறார்கள். அதில் பெரிய பயன் கிடையாது. ஒரு அதிகாரியைப் பார்த்தால் குட்மார்னிங் சார். ஒரு ஜூனியரைப் பார்த்தால் 'குட்மார்னிங், ராஜு எப்படியிருக்கிறீர்கள்' என்று பேசப்பழகிக் கொள்ளுங்கள்.

வேலை பார்க்கும் இடத்தில் புன்னகை நிறைந்த முகத்தோடு மகிழ்ச்சியாக இருக்கவேண்டும். இறுக்கமாக இருக்கக் கூடாது.வெறும் ஐயாயிரம்தான் சம்பளம் தருகிறார்கள், எதற்காக வேலை பார்க்க வேண்டும் என்றிருக்காதீர்கள். நான் படித்த எம்.பி.ஏ. படிப்பிற்கு 50000 கிடைக்க வேண்டாமா? வெறும் ஆறாயிரம்தான் தருகிறார்கள் என்பது தவறான மனப்பான்மை. பலர் விருப்பத்துடன் வேலை பார்ப்பது கிடையாது. உங்கள் வேலையை விரும்புங்கள். உங்களுடன் வேலை பார்ப்பவர்களையும் விரும்புங்கள். புன்னகையால் மகிழ்ச்சியை வெளிப்படுத்துங்கள். கண்களால் சிரியுங்கள்.

அதைவிட முக்கியமானது கவனித்துக் கேட்டல் (Active Listening). முதலாளி என்ன சொல்கிறார் என்று கேட்டுக் கொள்ளுங்கள். நிறையப் பேர் கேட்பதே கிடையாது. ஒருவர் சொல்வதற்கு முன்பாக இவர்கள் பேசுவது என்பது மிகப்பெரிய தவறு. எதைப் பற்றிப் பேசுகிறீர்கள் என்பதும் மிகமிக முக்கியம். தேவையில்லாத விஷயங்களைப் பற்றிப் பேசுவது நேரத்தை வீணடிப்பதாகும். பல பிரச்சனைகளுக்கும் அதுவே வழிவகுக்கும். அளவாகப்பேசி நிறையக் கவனித்து கேட்க கற்றுக்கொள்ளுங்கள்.

ஒரு மேலாளராக இருந்தால் பிரச்சனைகள் பற்றியும் நிர்வாக உத்திகள் பற்றியும் பேசவேண்டும். இன்றைய இளைஞர்கள் அதிகமாக சினிமாவைப் பற்றித்தான் பேசுகிறார்கள். அவர்களின் முக்கியமான பிரச்சனையே சினிமா தான். அடுத்து வெளிவரப் போகும் சினிமாவில் யார் நடித்திருப்பது, என்னவெல்லாம் தொழில் நுட்பங்கள் வருகிறது என்று ஆராய்ச்சி செய்கிறார்கள்.

ஒரு சினிமா நடிகையின் நாய்க்குட்டிக்கு அறுவை சிகிச்சை என்ற செய்தியுடன் அந்த நடிகையின் பெரிய படம் ஒன்றை பத்திரிகையில் பார்த்தேன். நடிகை என்றால் அனைவரும் விரும்பிப்படிப்பார்கள் என்பது பத்திரிகை நடத்துபவர்களுக்கு தெரிந்திருக்கிறது. ஒரு சினிமா நடிகைக்கு திருமணம் நடக்கவிருக்கிறது என்றால் அதைத்தான் இந்தியா முழுவதும் பேசிக்கொண்டிருக்கிறார்கள். நடிகை கர்ப்பமானால் அதற்கு அடுத்த கட்ட பேச்சு. திருப்பதி கோவிலுக்கு சென்றால் அதுதான் மாணவர்களிடையே விவாதம். நடிகைக்கு விவாகரத்து ஆகி விட்டால் அந்தப் பேச்சு இன்னொரு மூன்று மாதம் ஓடும். இது

போன்ற தேவையில்லாத விஷயங்களை பேசிக் கொண்டிருக்காதீர்கள். இதனால் உங்கள் அறிவும் தொழில்திறனும் வளராது.

சினிமா நடிகரின் தனிப்பட்ட வாழ்க்கையை தெரிந்து உங்களுக்கு என்ன ஆகப்போகிறது. உங்களது தனிப்பட்ட வாழ்க்கையைப் பற்றி கவலைப்படுங்கள். உங்கள் மேலாளரை புரிந்துகொள்ளுங்கள், உடன் பணிபுரிபவர்களை புரிந்து கொள்ளுங்கள்; உங்களுக்கு வரும் பிரச்சனைகளை புரிந்து கொள்ளுங்கள்.

நீங்கள் ஒரு தலைவராக வேண்டும் அல்லது ஒரு மேலாளராக வேண்டும் என்று நினைத்தால் நீங்கள் ஒரு நல்ல மனிதனாகவும் இருக்கவேண்டும். ஒரு நல்ல மனிதனால்தான் ஒரு நல்ல மேலாளராக சிறந்த தலைவராக இருக்க முடியும்.

நான் பொய்தான் பேசுவேன். நிறுவன நிதியை கையாடலும் செய்வேன். என்னை ஒரு மேலாளராக நியமியுங்கள் என்றால் முடியுமா? நான் ஐந்து மணிக்கெல்லாம் எழுந்திருக்க மாட்டேன். எட்டு மணிக்குத்தான் எழுவேன். பத்துமணிக்கு அலுவலகத்திற்கு வரமுடியாது. பதினொரு மணிக்குத்தான் அலுவலகத்திற்கு வருவேன். என்னை முதுநிலை மேலாளராக உயர்த்துங்கள் என்றால் செய்வார்களா? வீட்டுக்கு அனுப்பி விடுவார்கள்.

ஒரு நல்ல மனிதனாக இருங்கள். நீங்கள் பேசுவதில் உண்மை யிருக்க வேண்டும். உங்கள் மீது மற்றவர்களுக்கு நம்பிக்கை வர வேண்டும். வேலையில் ஆர்வமிருக்க வேண்டும், மற்றவர்களை மதிக்க வேண்டும். கடுமையாக உழைக்க வேண்டும். தோற்றுப் போனால்கூட இது என்னுடைய தவறுதான்; இந்தத்தவறுக்கு நான்தான் காரணம் என்று ஏற்றுக் கொள்ளுங்கள். அதுதான் மிக உயர்ந்த மனிதப் பண்பு.

ஒரு நிறுவனத்தில் வேலை பார்த்துக் கொண்டிருப்பவர், ஒரு தவறு நடந்துவிட்டால் உடனே இவர்தான் செய்தார் என்று வேறொருவரை கைகாட்டுவார். அதுவே ஒரு நல்ல சாதனை என்றால் நான்தான் செய்தேன். எனக்கு பதவி உயர்வு கொடுங்கள் என்பார். நிறுவனம் வளர்ச்சியடைந்தால் நான்தான் காரணம். நிறுவனத்தை இழுத்து மூடினால் அடுத்தவர்தான் காரணம்

என்பார்கள். இத்தகைய மனிதர்களை நல்ல குணமுள்ள மனிதர்கள் என்று சொல்ல முடியுமா? இவர் பதவி வகிக்கும் நிறுவனம் கூடிய விரைவில் வீழ்ந்துவிடும். அந்த வீழ்ச்சிக்குக் காரணம், அந்த மேலாளர்தான்.

ஒரு நிறுவனத்திற்கு நான்தான் மேலாளர் என்றால், ஏதாவது தவறு நடந்திருக்கிறதென்றால் அந்த அலுவலர்தான் காரணம் என்று சொல்லாமல், இந்த நிறுவனத்தில் ஏதோ ஒரு அதிகாரி தவறு செய்திருக்கிறார். இருந்தாலும் நான்தான் அதற்கு பொறுப்பு. நான்தான் அதை முதலிலேயே கண்டுபிடித்திருக்க வேண்டும். நான்தான் அவரை சரி செய்திருக்க வேண்டும். என்னை மாற்றுங்கள் என்று கேட்பது சிறந்த மனிதப்பண்பு. இது ஜப்பானியர்களுடைய பாரம்பரியம்!

நீங்கள் அனைத்திற்கும் பொறுப்பேற்க கற்றுக் கொள்ளுங்கள். பொறுப்பேற்பது நல்ல மனிதப் பண்பு.

உண்மை சொல்லக்கூடிய பண்பு, ஒரு பொறுப்பை எடுத்துக் கொள்ளக்கூடிய பண்பு, உழைக்கக்கூடிய மனப்பான்மை இது போன்ற நல்ல பல பண்புகளை நீங்கள் வளர்த்துக் கொண்டால் மட்டும்தான் உங்களுக்குக் கீழே வேலை பார்ப்பவர்களுக்கு உங்கள்மீது மரியாதை வரும். இல்லாவிட்டால் மரியாதை வைத்திருப்பதுபோல் நடிப்பார்கள். உங்களுக்கு பதவி உயர்வும் கிடைக்காது. உங்களுக்குக் கீழே வேலை பார்க்க யாரும் விரும்பவும் மாட்டார்கள்.

எனக்கு இரண்டு மகன்கள், மூத்த மகன் தொழில்நுட்பக் கல்லூரியில் படித்துக் கொண்டிருக்கிறான், சின்னவன் ஐந்தாம் வகுப்பு படிக்கிறான். கணினி மூத்த மகனிடம்தான் இருக்கிறது. கணினியில் விளையாட, இருவருக்குமிடையே இந்தியா–பாகிஸ்தான் போல சண்டை நடக்கும். ஒரு பிள்ளையைப் பெற்றால் அப்பா. இரண்டு பிள்ளைகளைப் பெற்றால் நீங்கள் ஒரு நீதிபதி; சண்டையை தீர்ப்பதற்கே நேரம் போதாது. ஒருநாள் இருவரும் கட்டிப்பிடித்து முத்தம் கொடுத்து நண்பர்களாகக் காணப்பட்டனர். எனக்கு ஒரே ஆச்சரியம். சின்னவனைக் கூப்பிட்டு, என்னடா, உன் அண்ணனை ரொம்ப பிடித்திருக்கிறதா என்று கேட்டேன். உடனே அவன், கணினியில் விளையாடுவதற்காக அண்ணனிடம் நண்பனானேன் என்றான்.

உங்களிடம் நல்ல பண்புகள் இல்லையென்றால் உங்களுக்குக் கீழே வேலை பார்ப்பவர்கள் பிடிப்பதுபோல் நடிப்பார்கள். நல்ல வாய்ப்பு வரும் போது உங்களுக்கே ஏதேனும் ஆபத்தை ஏற்படுத்தி விடுவார்கள்.

இரண்டு வருடங்கள் நீங்கள் உண்மையுடன் முயற்சி செய்தீர்களென்றால் ஒரு சிறந்த மேலாளராக வரமுடியும். அதில் ஒன்றும் சந்தேகமேயில்லை. விரும்பிய துறையில் ஆயிரம் மணி நேரம் நீங்கள் செலவு செய்தீர்களென்றால் அத்துறையில் நிச்சயம் ஒரு நிபுணராகி விடலாம். நிபுணர்கள் அனைவரும் அவரவர் துறைகளில் தலைவர்களே!

ஆயிரம் மணி நேரம் சிறப்பாகப் பயன்படுத்தியிருந்தால் பெரிய டாக்டராகலாம், பெரிய என்ஜினியராகலாம், பெரிய ஓவியராகலாம், ஓர் இசை அமைப்பாளராகலாம், ஒரு விளையாட்டு வீரனாக மாறலாம். ஆயிரம் மணிநேரம்தான் வேண்டும். அது உங்களுக்கு இருக்கிறது.

நேரத்தைப் பயன்படுத்துங்கள். தலைமைத் திறமைகளை வளர்த்துக் கொள்ளுங்கள். நிச்சயம் உங்களுக்கு வேலையும் கிடைக்கும்; வெற்றியும் கிடைக்கும்.

13

எதுவும் இலவசம் இல்லை

கல்லூரிகளில், மாணவத் தலைவர்கள் இருப்பார்கள். ஆளுமைத்தன்மை அவர்களுக்கு மட்டுமே என நினைப்பது சரியல்ல. அனைவருக்கும் தலைமைப்பண்புகள் தேவைப் படுகிறது.

மாணவர்களிடம் இலவசமாக எது கிடைக்கும் என்று கேட்டால், அறிவுரை இலவசம் என்கிறார்கள். இந்த உலகத்தில் எதுவுமே இலவசமாய் கிடைக்காது. சில சாமியார்களெல்லாம் கூட்டம் போட்டு ஒருமணி நேரம் பேசுகிறார்கள், ஆயிரம் ரூபாய் தொடங்கி, ஐந்தாயிரம் வரை டிக்கெட் விற்பனையாகிறது. இப்போது சொல்லுங்கள், அறிவுரை இலவசமா? சாமியாரின் அறிவுரை நிகழ்ச்சியில் வசூல் 20 லட்சம்!

தனியார் கலைக்கல்லூரியில் படிக்க கட்டணம் கட்டுகிறீர்கள். உங்களுக்கு ஒரு மணிநேரம் அறிவுரை சொல்லும் ஆசிரியர்களுக்கு சம்பளம் கொடுக்கவேண்டும். அந்த ஆசிரியரின் அறிவுரை இலவசம் கிடையாது. நீங்கள் செலுத்தும் கட்டணம் ஆசிரியருக்கு சம்பளம். இந்த உலகத்தில் எதுவுமே இலவசமாய் கிடைக்காது.

மிகவும் உயர்ந்த பொருள் என்றால் நீங்கள் அதிக விலை கொடுக்க வேண்டும். ஒரு பெரிய விஞ்ஞானியாக வேண்டுமா? பெரிய சார்ட்டட் அக்கவுண்டண்ட் ஆக வேண்டுமா? பெரிய தொழிலதிபராக மாற வேண்டுமா? ஐ.ஏ.எஸ் அதிகாரியாக வர வேண்டுமா? நோபல் பரிசு பெற வேண்டுமா? இப்படி உங்களுக்கு எத்தனை கனவுகள் இருந்தாலும், அதை அடைய அவற்றிற்குரிய விலையைக் கொடுக்க வேண்டும். விலையென்பது பணமில்லை, முயற்சி. அதற்கான முயற்சியிருந்தால் மட்டும்தான் வெற்றி கிடைக்கும்.

உலகத்தில் உங்களுக்கு ஒன்றே ஒன்றுதான் இலவசமாகக் கிடைக்கும். அது உங்களின் உடல். ஒரு குழந்தையைப் பெற்றெடுப்பது பெற்றோர்களுக்கு இலவசம் இல்லை என்றாலும், அதை இலவசமாகக் கொடுத்திருக்கிறார்கள். அதை ஏன் இலவசம் என்று சொல்கிறேனென்றால், எந்தப் பெற்றோரும் 'உன்னை கஷ்டப்பட்டுப் பெற்றுப்போட்டேன். பணம் கொடு' என்று கேட்க மாட்டார்கள். ஆனால் இந்த உடல், உள்ளம் இருக்கிறதல்லவா அதுதான் மிகமிக முக்கியமான வளம். மனித வளம்! (Human Resource).

ஒரு தொழில் தொடங்க இடம், முதலீடு, தொழிலாளர்கள் வேண்டும். இதில் மிகமிக முக்கியமானது மனித வளம். ஒரு மனிதனுடைய மிகப்பெரிய சொத்து (Asset) அவனது உடல். அறிவு, செயல்திறன், தன்னம்பிக்கை, ஞாபகத்திறன், முடிவு எடுக்கும் திறன், உற்சாகம் ஆகியவைதான் மிகப்பெரிய மூல தனங்கள். இவை அனைத்தும் மனித உடலுக்குள்ளேயே புதைந்து கிடக்கின்றன.

ஹார்வர்டு மேலாண்மைப் பல்கலைக்கழகத்தில் ஒரு கேள்வி கேட்டார்கள். அப்போது உலகத்திலேயே மிகப்பெரிய பணக்காரர், போர்டு மோட்டார் கம்பெனியின் நிறுவனர் ஹென்றி ஃபோர்டு. ஹென்றி போர்டின் வருமானம் (அவர் உயிருடனிருக்கும்போது) இந்திய அரசாங்கத்தின் வருமானத்தைவிட அதிகம். ஃபோர்டின் உண்மையான சொத்து எது? என்று மாணவர்களிடம் வினா எழுப்பினார் பேராசிரியர். பல மாணவர்கள், பத்துலட்சம் கார்கள் தயாரிக்கும் அவரது ஃபோர்டு கம்பெனி 95 சதவீதம், மீதி 5 சதவீதம் அவரது வீடு மற்ற சொத்துக்கள் என்று குறிப்பிட்டார்கள். ஒரு மாணவன், ஹென்றி ஃபோர்டின் சொத்தின் மதிப்பிலேயே 5 சதவீதம்தான் அவரது ஃபோர்டு கம்பெனி, அவரது வீடு, கார் சொத்துக்கள் என்றான். மீதி 95 சதவீதம் எது என்று கேட்டார் ஆசிரியர். மீதி 95 சதவீதம், அது ஹென்றி ஃபோர்டுதான் என்றான் மாணவன். எப்படியென்று பேராசிரியர் கேட்டதற்கு, அவரது சொத்துக்களையெல்லாம் அரசாங்கம் பறிமுதல் செய்து விட்டு அவரை நடுத்தெருவில் விட்டாலும் அடுத்த ஃபோர்டு கம்பெனியை அவர் ஆரம்பிப்பார். அவருக்கு அதற்கான அறிவு, ஆற்றல், தொழில் நுட்பம் இருக்கின்றன. எனவே, அவர்தான் 95 சதவீத சொத்து என்று கூறினான். சபாஷ்! என்ன அருமையான சிந்தனை.

உங்களுடைய மிகப்பெரிய சொத்து நீங்கள்தான்:

சில நாட்களுக்கு முன் ஒரு கல்லூரிக்குப் போயிருந்தேன். அந்தக் கல்லூரியில் முதல் மதிப்பெண் வாங்கும் மாணவி என்னிடம் ஆட்டோகிராப் கேட்டாள், "நீ ஓர் அதிசயம்" என்று எழுதினேன். அந்த மாணவி, "ஏன் அப்படி எழுதினீர்கள்" என்று கேட்டாள். "உனது உடலை செயற்கையாக செய்துவிட முடியாது. மனித உடலில் நடக்கும் நிகழ்ச்சிகள் ஒவ்வொன்றும் ஆச்சர்யப் படும்படி உள்ளது" என்றேன். அங்கு ஆறு மாணவிகள் நடனமாடினார்கள். அதில் ஒரு மாணவியை நான் உன்னிப்பாகக் கவனித்தேன். அந்த மாணவிக்கு ஒரு கையே கிடையாது. நிகழ்ச்சி முடிந்தவுடன் எங்கள் நடனம் எப்படியிருந்தது என்று ஓடிவந்து கேட்டார்கள். 'மிகச் சிறப்பாக இருந்தது' என்று கூறினேன்.

கையில்லாத பெண் ஆட்டோகிராப் கேட்டபோது, "நீ ஓர் அதிசயம்" என்று எழுதிக் கொடுத்தேன். அந்த மாணவிக்கு கையில்லாவிட்டால்கூட நடனமாடவேண்டும் என்று ஆசை; ஆர்வம் இருக்கிறது. இரு கைகள் கொண்ட மாணவிகளைவிட, அவர் நடனம்தான் அற்புதமாக இருந்தது. அங்கத்தில் ஒரு குறை என்றாலும் முயற்சியில் குறைவில்லை. அம்மாணவியை அரவணைத்துப் பாராட்டினேன். அவளது கண்களில் கண்ணீர்; அழுதுவிட்டாள். அவளது முயற்சிக்கு பலன் கிட்டிவிட்டது.

நமது மாணவர்களை மனமுவந்து அவ்வப்போது பாராட்ட வேண்டும். குறைகளைக் கண்டுபிடித்து அவர்களை தண்டிப்பது மட்டும் கல்லூரி நிர்வாகத்தின் கடமையாகாது. அப்படி தண்டிப்பதால் மட்டுமே விரும்பாத செயல்கள் மறைந்து போவது இல்லை. நாம் விரும்பும் பல நல்ல செயல்களை செய்யும்போது பாராட்ட வேண்டும்.

14

பெற்றோரின் கனவு

உங்களை கல்லூரிக்கு அனுப்பிவிட்டு உங்கள் பெற்றோர்கள் பெரிய கனவு கண்டு கொண்டிருக்கிறார்கள். போனவருடம் 6 லட்சம் மாணவ மாணவியர்கள் தமிழகத்தில் பிளஸ்டூ தேர்ச்சி பெற்றிருக்கிறார்கள். அதில் 1.5 லட்சம் பேர்தான் கல்லூரியிலேயே சேர்ந்திருக்கிறார்கள். மீதியுள்ள 4.5 லட்சம் மாணவர்களுக்கு கல்லூரியில் சேர்வதற்கான வாய்ப்பே இல்லை. அவர்களுக்கு படிக்க விருப்பமில்லாமல் இல்லை; வசதி கிடையாது. படித்ததெல்லாம் போதும் என்று வேறு வேலைக்குச் சென்று விட்டார்கள்.

வசதியில்லாத பெற்றோர்கள் தங்கள் பிள்ளைகளை தோட்ட வேலை செய், தொழிற்சாலைக்கு வேலைக்கு போ என்று அனுப்பி விடுகிறார்கள். உங்களின் பெற்றோர்களுக்குக்கூட பல லட்சம் ரூபாய் இருந்திருந்தால் பிரபலமான பொறியியல் கல்லூரிக்கு அனுப்பியிருப்பார்கள். வருடம் ஒரு லட்சம் ரூபாய் மட்டும் செலவு செய்ய முடிந்ததால், சாதாரண பொறியியல் கல்லூரிக்கு அனுப்பி படிக்க வைத்திருக்கிறார்கள்.

தனது கணவன் குடிகாரன், அவரால் எந்தப் பயனும் இல்லை. தான் படிக்கவில்லை; ஆனால், தனது பிள்ளைகளாவது படிக்கவேண்டும். நான் அரசாங்க வேலையில் சேரவில்லை, பிள்ளைகளையாவது சேர்த்துவிட வேண்டும். எனது மகனை பெரிய கலெக்டராக்க வேண்டும் என்று பெற்ற தாய் மிகப்பெரிய ஆசைகளை வைத்துக் கொண்டிருக்கிற சூழ்நிலையில் உங்களுக்கு ஒரே வரியில் அறிவுரையை என்னால் சொல்ல முடியும். "நீங்கள் சிந்திக்க வேண்டும்" என்பதுதான் அந்த அறிவுரை.

அடிப்படைக் கேள்விகள் கேட்க வேண்டும். 'நான் யார்?' 'எனக்கு என்ன வேண்டும்?' 'என்னை எதற்காக இந்தக் கல்லூரிக்கு

அனுப்பி வைத்து இருக்கிறார்கள்', இவ்வளவு செலவு செய்து அவர்கள் நன்றாக உடுத்தாமல் நல்ல துணிகளை எனக்குக் கொடுத்து, அவர்கள் சரியாகச் சாப்பிடாமல் நல்ல உணவை எனக்குக் கொடுத்து, அனுப்பி வைத்திருக்கிறார்களே; ஏன்?

சில தாய்மார்களைப் பார்த்திருக்கிறேன். நகையே இருக்காது. இருக்கும் ஒரு நகையையும் மகளுக்கு அணிவித்து கல்லூரிக்கு அனுப்பியிருப்பார்கள். அந்தச் சூழ்நிலையில் கல்லூரிக்கு வந்திருக்கிறேன் என்றால் எதற்கு வந்திருக்கிறேன் என்று உங்களை நீங்களே கேட்டுக் கொள்ளவேண்டும். நிறையப்பேர் என்ன நினைத்துக் கொண்டிருக்கிறார்கள் தெரியுமா? மூன்று வருடம் கல்லூரியில் படித்தால் ஏதோ டிகிரி கொடுப்பார்கள், ஏதோ ஒரு வேலை கிடைக்கும் என்றுதான் நினைக்கிறார்கள்.

ஆனால் நினைவில் வைத்துக் கொள்ளுங்கள். கல்லூரி படிப்பை முடித்துவிட்டுச் சென்றால் மட்டும் உங்களுக்கு வேலை கிடைப்பது இல்லை. இந்தியாவில் நிறைய வேலையிருக்கிறது. ஆனால் தகுதியுள்ள இளைஞர்கள் இல்லை என்பதுதான் உண்மை. தமிழக வேலை வாய்ப்பு அலுவலகத்தில் பதிவு செய்து விட்டு வேலைக்கு காத்திருக்கும் பட்டதாரிகள் 65 லட்சம் பேர்.

உங்கள் பேராசிரியரிடம் கேட்டுப் பாருங்கள். இன்றைக்கு இந்தியாவில் சி.ஏ படித்து முடித்தவர்களுக்கு ஐந்து லட்சம் வேலைகள் காலியாக இருக்கின்றன. சம்பளம் மாதம் ஒரு லட்சம் ரூபாய். சி.ஏ முடித்துவிட்டு என்னிடம் வாருங்கள். சென்னையில் உங்களுக்கு ஒரு லட்சம் ரூபாய் மாத சம்பளம் வாங்கித் தருகிறேன். பட்டப்படிப்போடு பி.எட் படித்திருக்கிறீர்களா? ஆங்கிலம் நன்றாகத் தெரியுமா? வாருங்கள். உங்களுக்கு மாதம் ஐம்பதாயிரம் சம்பளம் வாங்கித் தருகிறேன். ஆனால் ஆங்கிலத்தில் பாடம் சொல்லித் தருவதில் திறமையானவராக இருக்க வேண்டும். அது மிக முக்கியம். வேலை கிடைக்க ஒன்று தேவைப்படுகிறது. அதுதான் செயல் திறன் (Skills). அதைப் பெற முயலுங்கள். அதற்கு நேரத்தை ஒதுக்குங்கள்.

தொடர்புத்திறன் (Communication Skills) இருந்தால் மட்டுமே வேலை கிடைக்கும். சில மாணவர்களுக்கு காதல் கடிதமே சரியாக

எழுதத் தெரியவில்லை. ஒரு காவல் ஆய்வாளரிடம், ஓர் அப்பா, தனது மகளுக்கு வந்த காதல் கடிதத்தைக் கொடுத்திருக்கிறார். படித்து விட்டு, அந்தக் கடிதம் எழுதிய மாணவனுக்கு ஒரு அறை விட்டார். அந்த இன்ஸ்பெக்டர், ஆங்கில இலக்கியம் படித்தவர். அந்தக் கடிதத்தில் அத்தனை பிழைகள் இருந்ததை அவரால் பொறுத்துக்கொள்ள முடியவில்லை!

அதற்காக நீங்கள் அனைவரும் காதல்கடிதம் எழுதுங்கள் என்று நான் சொல்ல வரவில்லை. அதுகூட ஒழுங்காக எழுதத் தெரியவில்லை என்றுதான் வருத்தப்பட்டுச் சொல்கிறேன். எழுதத் தெரிய வேண்டும், பேசத் தெரிய வேண்டும், கேட்கத் தெரிய வேண்டும். நிமிர்ந்து நிற்கத் தெரிய வேண்டும். ஓடத் தெரிய வேண்டும். யாரிடம், எப்போது, எப்படி, எதை, எவ்வாறு பேசுவது என்பதைக் கற்றுக் கொள்ளுங்கள். நீங்கள் விரும்பும் வேலை தானாகவே கிடைக்கும். நீங்கள் எதிர்பாராத அளவிற்கு அதிக சம்பளமும் கிடைக்கும். அனைவருடைய பாராட்டையும் பெற்று உயர்வீர்கள்.

ஒரு மாணவியிடம் எப்படி உனக்கு கல்விக்கடன் கிடைத்தது என்று கேட்டேன். ஆறு வங்கிகளுக்குப் போனேன், ஒருவரும் கடன் தரவில்லை. கடைசியில் ஸ்டேட் பாங்க் மேலாளர் மட்டும், "என்ன படிக்கப் போகிறாய்" என்று கேட்டார். கம்ப்யூட்டர் சயின்ஸ் என்றேன். அதன்பிறகு என்ன செய்யப் போகிறாய்? என்று கேட்டார். வெளிநாட்டில் வேலை பெற்று, அதன்பிறகு உங்கள் கடனை சரியாகக் கட்டி விடுவேன் என்றதும், எனக்கு வங்கியில் கடன் கிடைத்து விட்டது என்று சொன்னார்.

கேட்கும் விதம், எப்படிக் கேட்பது? யாரிடம் கேட்பது? எப்போது கேட்பது? இவையெல்லாம் திறமைகள். இவற்றை நீங்கள் கற்றுக் கொள்ளவேண்டும். இது மிக மிக முக்கியம்.

செயல் திறமைகள் உடையவர்களுக்கு பட்டப்படிப்பு, பட்டயங்கள் இல்லை என்றாலும் வேலை கிடைக்கும்.

15
என்ன வேண்டும் என்பதை முடிவு செய்யுங்கள்

பணம் வேண்டுமா, பொருள் வேண்டுமா, நல்ல பெயர் வேண்டுமா, நோபல் பரிசு வேண்டுமா அல்லது அப்துல்கலாம் போல இளைஞர்கள் மனதில் தாக்கத்தை ஏற்படுத்த வேண்டுமா? என்பதை முடிவு செய்யுங்கள். உங்களுக்கு என்ன வேண்டுமானாலும் அது கிடைக்கும். நீங்கள் என்ன வேண்டு மென்று ஆசைப்படுகிறீர்களோ, அதுதான் உங்களுக்குக் கிடைக்கும்.

அரசாங்கப் பள்ளிக்கூடத்தில் மாணவர்கள் உட்கார்ந்து படித்துக் கொண்டிருந்தார்கள். முதல் மாணவன் தான் படித்து வளர்ந்து சொந்தமாக ஒரு ஆட்டோ வாங்கி அந்த ஆட்டோவை தானே ஓட்டவேண்டும் என்று நினைத்தான். "எனக்கு வாடகை ஆட்டோவெல்லாம் வேண்டாம், சொந்த ஆட்டோ வேண்டும்" என்பது அவனது லட்சியம். இரண்டாவது மாணவன் ஆட்டோவை வைத்து என்ன செய்வது? சொந்தமாக ஒரு லாரி வாங்கவேண்டும். அதை தானே ஓட்டவேண்டும் என்று ஆசைப் பட்டான். ஆனால், மூன்றாவது மாணவன் லாரி, ஆட்டோ வெல்லாம் வேண்டாம், படித்து பெரிய போலீஸ் அதிகாரியாக வேண்டும் என்று ஆசைப்பட்டான்.

தமிழ்நாடு, தமிழ் வழிக்கல்வி, அரசாங்கப் பள்ளிக்கூடம். அந்த ஆட்டோ வாங்கவேண்டுமென்று நினைத்த மாணவன், தன் சொந்த ஊரில் ஆட்டோ ஓட்டுகிறான். இரண்டாவதாக லாரி வாங்க வேண்டுமென்று நினைத்த மாணவன், லாரி வாங்கி திருவனந்தபுரத்திற்கும், எர்ணாகுளத்திற்கும் ஓட்டிக் கொண்டிருக் கிறான். போலீஸ் அதிகாரியாக வேண்டும் என்று ஆசைப்பட்ட நான் இன்று கோவை மாநகர கமிஷனராக இருக்கிறேன். நாங்கள் நினைத்தது தான் எங்களுக்கு கிடைத்தது.

முனைவர் சி.சைலேந்திரபாபு

உங்களுக்கு என்ன வேண்டுமென்பதை தீர்மானியுங்கள். இப்போதே புத்தகத்தில் எழுதிவிடுங்கள். உங்களுக்கு என்ன வேண்டுமென்று நீங்கள் ஆசைப்படுகிறீர்களோ, அதுதான் கிடைக்கும். என்ன வேண்டுமென்பது உங்களுக்குத் தெரிய வேண்டும். அதுதான் லட்சியம்.

16

அங்கீகாரம்

ஒரு மாணவனிடம் உனக்கு பணம் வேண்டுமா? புகழ் வேண்டுமா? நல்ல அங்கீகாரம் வேண்டுமா? என்று கேட்டேன். அவன், எனக்கு எல்லாம் வேண்டும் என்கிறான். அது வேறு யாருமல்ல; எனது மகன்தான். என்னைப் பொறுத்தவரை மனிதனுக்குப் பணத்தைவிட, புகழைவிட மிக முக்கியமானது அங்கீகாரம்.

சகமாணவர்கள் இவன் நல்ல மாணவன் என்று சொல்லவேண்டும்; ஆசிரியர்கள் நல்ல திறமையான மாணவன் என்று மதிக்கவேண்டும்; பெற்ற தாயும், தந்தையும் தன்னை மதித்துப் போற்ற வேண்டும். சுற்றியுள்ளவர்கள் நல்லவன் என்று சொல்லவேண்டும்; தனது பெயர் பேசப்பட வேண்டும் என்று நினைக்கிறான் ஒரு மாணவன். இதற்குப் பெயர்தான் அங்கீகாரம்.

மாணவர்கள் தலைவனாக இருக்கும்போது மற்ற மாணவர்களுக்கு அவரைத் தெரிய வரும். அதற்குத்தான் மாணவர் தலைவர் பதவிக்கு போட்டியிடுகிறார்கள். போட்டியிட்டு ஜெயித்தால் எல்லோரும் மதிப்பார்கள். அதோ போகிறாரே, அவர் நமது கல்லூரியின் மாணவர் மன்றத் தலைவர், என்று மற்ற மாணவர்கள் சொல்ல வேண்டும்.

அங்கீகாரம் எல்லோருக்கும் தேவைப்படுகிறது. இவருக்கு மட்டுமல்ல. ஒவ்வொரு மனிதனுக்கும் சுயமரியாதையும், அங்கீகாரமும் தேவை. இவையில்லாவிட்டால் மனிதன் உயிரோடு வாழவே முடியாது. இவருக்கு மட்டும்தான் அங்கீகாரம் பெற ஆசை உண்டு என்று நினைக்க வேண்டாம், இன்னொரு மாணவன் விளையாட்டுத்துறையில் சிறந்து விளங்கி அங்கீகாரம் பெற முயற்சி செய்வான். வேறொரு மாணவன் புகைப்படம் எடுப்பதில் அங்கீகாரம் பெற்றவனாக இருப்பான்.

முனைவர் சி.சைலேந்திரபாபு

ஏதாவது ஒரு துறையில் மாணவர்கள் சாதிக்கப் பார்ப்பார்கள். ஒரு மாணவன் எதிலுமே ஒழுங்காக இருக்க மாட்டான்; ஆனால், சினிமா பார்ப்பதில் சிறந்த மாணவனாக இருப்பான். ஏதாவது சினிமா நல்லதா கெட்டதா என்று அவனிடம் கேட்டுக்கொள்ளலாம். ஒரு சினிமாவை முதலில் பார்ப்பவனும் அவன்தான். மற்றவர்களுக்குத் தெரியாத ஆங்கிலப் படங்களும் அவனுக்குத் தெரிந்திருக்கும். சினிமாப்பிரியர்கள் மத்தியில் அவனுக்கு அங்கீகாரம்; ஒரு தனி மரியாதை எப்போதும் இருக்கும்.

கிரிக்கெட் என்று ஒரு விளையாட்டு இருக்கிறது. இந்த விளையாட்டு இந்தியாவில் பிரபலம். இந்த ஆண்டு கிரிக்கெட்டில் உலகக்கோப்பையை வென்றிருக்கிறோம். ஆனால் அது வளர்ந்த பல நாடுகளில் பிரபலம் இல்லை. அது ஒரு பொழுதுபோக்குகூட. அதில் யார் விளையாடுகிறார்கள், யார் நன்றாக விளையாடு கிறார்கள், இந்திய வீரர்கள் யார், இலங்கை வீரர்கள் யார் என்று தெரிந்து வைத்திருப்பார்கள் சில மாணவர்கள். ஏதாவது ஒரு வகையில் அந்த மாணவனுக்கு ஓர் அங்கீகாரம். இவன் கிரிக்கெட்டில் கில்லாடி என்கிற அங்கீகாரம்!

ஓர் அரண்மனையில் வசித்துவந்த குளவி, புகழ வேண்டுமென்று ஆசைப்பட்டது. ஒரு காவலனைப் போய் கொட்டியது, அவன் அலறினான். தளபதி ஓடிவந்தார். அவரையும் கொட்டியது. அவன் அலறியபடி ஓடிச் சென்று ராணியைப் பார்த்தான். ராணி என்ன ஏதென்று விசாரிக்கும் போதே ராணியையும் கொட்டியது. ராணி அழுது கொண்டே ராஜாவிடம் சென்றாள். ராஜாவிற்கும் கொட்டு கிடைத்தது. அந்த அரண்மனையே பயந்துபோனது, ஊரே பயந்து அனைவரும் ஊரைவிட்டு ஓட ஆரம்பித்தார்கள். அப்போது அந்தக் குளவி சொன்னது, 'ஓர் உயிராகப் பிறந்தால் உனக்கென்று ஒரு பெயர் வேண்டும். அப்படிப் பெயர் இல்லையென்றால் புகையில்லாத தீயைப்போன்று வாழ்க்கை இருக்கும்'. A Name without fame is like fire without flame.

இந்த உலகத்தில் பிறந்தால் பத்து பேருக்குத் தெரிய வேண்டும். ஒரு புகழ்வேண்டும். சாதனை படைக்கவேண்டும். ஒரு விஞ்ஞானியாக, பேராசிரியராக, தொழிலதிபராக, சமூக

சேவகராக, ஓவியராக, நல்லாசிரியராக, நாட்டின் ஜனாதிபதியாக இப்படி ஏதாவது ஒரு வகையில் பெயர் பெற வேண்டும். ஒரு நல்ல மனிதன் என்ற பெயரைக்கூட எடுக்கலாம். அது மற்ற எல்லா வற்றையும்விட மேலானது.

மலைகளைப் பார்த்து யாரும் பயந்து ஓட மாட்டார்கள். இந்த மலைகளே எரிமலைகளாக மாறினால், நாமெல்லாம் பயந்து ஓடுவோம். திரும்பிப் பார்ப்போம். இந்த சமுதாயம் உங்களை திரும்பிப் பார்க்கவேண்டும். உங்களுக்கென்று ஒரு சுயமரியாதை வேண்டும். அதை ஏற்படுத்திக் கொள்ளவேண்டிய நேரம் இதுதான்.

17

இந்த உலகில் உனக்கென்று ஒரு பெயர்

மாவீரன் அலெக்ஸாண்டர் மாஸிடோனியாவில் பிறந்தவன். அவனது தாய் அவனைப்பார்த்து, "மகனே! உனது இலட்சியம் என்ன?" என்று கேட்டார்கள். அப்போது அலெக்ஸாண்டருக்கு ஆறு வயது. "இந்த உலகத்தையே ஆள வேண்டும்" என்பதுதான் அவன் சொன்ன பதில்.

அவருடைய ஆசிரியர் அரிஸ்டாட்டில், "நீ இந்தியாவைப் பிடித்தால் உலகத்தையே பிடித்து விடலாம்" என்றார். இந்தியாவிற்கு வருவதற்கு முன்பு அனைத்து நாடுகளையும் எளிதாக வென்றான். இந்தியாவில் போரஸ் என்னும் அரசனுடன் கடுமையான போர். வெற்றி அவ்வளவு எளிதாகக் கிடைக்க வில்லை. கடைசியாக ஒரு போர்த்திட்டம் வகுத்து போரஸை தோற்கடித்தான். அது போன்ற சண்டையை அலெக்ஸாண்டர் பார்த்ததே கிடையாது. போரஸைப் போன்ற ஒரு துணிச்சல் மிக்க போர்வீரனையும் அவன் அதுவரை கண்டதில்லை.

போரஸை கைவிலங்கிட்டு அழைத்து வந்தார்கள், அதை அவிழ்த்து விடுமாறு அலெக்ஸாண்டர் கூறினான். அதன்பின்பு, "போரஸே! இந்திய நாட்டின் மன்னனே! உன்னை நான் மதிக்கிறேன், ஏனென்றால் உயிரை துச்சமாக மதித்து இதுபோல் போராடிய மன்னனை நான் பார்த்ததே கிடையாது. உனக்கு என்ன வேண்டும்?" என்று கேட்டான். போரஸ், "நான் ஒரு போர் வீரன். நான் தோற்றவன், எதுவும் கேட்கக்கூடாது. கேட்கவில்லை. ஆனால் நீரே உத்தரவிட்டதால் கேட்கிறேன். அலெக்ஸாண்டரே! என்னை ஓர் அரசனாக மட்டும் நடத்து. அது போதும்!" என்றான். அந்தக் காலத்தில் சத்தியத்தைக் காப்பாற்றுவார்கள். இழந்த நாட்டை போரஸ் திருப்பிக் கேட்டிருந்தால்கூட அலெக்ஸாண்டர் கொடுத்து விட்டுப் போயிருப்பான். ஆனால் அதை போரஸ்

தனது கௌரவத்திற்கு இழுக்கு என்று நினைத்தான். "இழுக்கு என்றால் உலகைக்கூட தந்தாலும் ஏற்கமாட்டார்கள் உயர் மக்கள்" என்கிறது தமிழ்ப்பாடல் ஒன்று.

ஒவ்வொரு மனிதனுக்கும் அங்கீகாரம் தேவைப்படுகிறது. நீங்களும் எதிர்காலத்தில் ஓர் உயர்ந்த பதவிக்கு வர வேண்டு மென்றால், உங்களது பெயர் பேசப்பட வேண்டுமென்றால், உங்கள் பெற்றோர்கள் பெருமைப்பட வேண்டுமென்றால், நீங்கள் வெற்றி பெறவேண்டும். வெற்றி பெற்றவர்களுக்கு அங்கீகாரம் கிடைக்கும்.

எனது மாணவர்கள் பலர் ஐ.ஏ.எஸ், ஐ.பி.எஸ் படிக்கிறார்கள். அதில் சிலர் வெற்றி பெற்றபின் பெற்றோர்களை அழைத்து வருவார்கள். அப்போது அந்தப் பெற்றோரின் உணர்வுகளைப் பார்க்க முடியும். பெருமைப்படுவார்கள். எனது மகன் ஓர் ஐ.ஏ.எஸ் அதிகாரி என்ற பெருமை அவர்கள் நடந்து வரும் போதே தெரியும். அந்த மகிழ்ச்சி அவர்களின் கண்களில் தெரியும்.

நான் ஒருமுறை ரயிலில் சென்றுகொண்டிருந்தேன், என்னை அருகில் இருந்தவர் மிலிட்டரியா என்று கேட்டார். இல்லை என்றேன். போலீஸா என்றார். ஆமாம் என்றேன். எங்கே வேலை பார்க்கிறீர்கள் என்று கேட்டார். சென்னையில் என்று பதிலளித்தேன். உடனே, மைலாப்பூரிலா? என்றார். ஆம் என்றேன். முதலில் கமிஷனர் விஜயகுமாரைத் தெரியுமா என்றார். 'தெரியும். அவர்தான் எங்கள் கமிஷனர்' என்றேன். சைலேந்திர பாபுவைத் தெரியுமா? என்று கேட்டார். 'தெரியும். அவர் இணை ஆணையர்' என்றேன். அதற்கு அவர், சைலேந்திரபாபுவை எனக்கு நன்றாகத் தெரியும். அவர் எனக்கு நல்ல நெருங்கிய நண்பர் என்றார். எப்படித் தெரியும் என்று கேட்டதற்கு நாங்கள் சாயங்கால நேரத்தில் ஒன்றாக உட்கார்ந்து மது அருந்துவோம் என்றார்.

சிறிதுநேரம் கழிந்த பின்பு, நான்தான் சைலேந்திர பாபுவாக இருக்குமோ என்று அவருக்கே சந்தேகம் வந்துவிட்டது. உடனே உங்கள் பெயர் என்ன என்று கேட்டார். நானும் சைலேந்திர பாபுதான் என்றேன்.

ஏதாவது ஒரு பதவியில் இருப்பவர்களை தனக்கு நன்றாகத் தெரியும் என்று சொல்வதற்கு நிறையப் பேர் இருக்கிறார்கள். ஒருமுறை நேரில் சந்தித்தாலே, ஒரு புகைப்படம் எடுத்தாலே அவரை எனக்கு நன்றாகத் தெரியும் என்று கொண்டாடுவார்கள். ஒரு புகைப்படம் எடுத்துக்கொள்வதும் அதற்குத்தான். இது ஓர் அங்கீகாரம் தேடும் முயற்சிதான். இது வழக்கமாக நடந்து கொண்டிருக்கிறது.

ஒருவேளை நீங்கள் படிப்பு முடித்து உங்களுக்கு வேலையே கிடைக்கவில்லை என்று வைத்துக் கொள்ளுங்கள். வேலைக்காக சில வருடங்கள் அலைகிறீர்கள் என்றால் உங்கள் சொந்த அண்ணனே, அவன் என் தம்பி கிடையாதென்று சொல்ல வாய்ப்புண்டு. உங்கள் தம்பிகூட என் அண்ணன்தான் என்று சொல்ல ஆர்வம் காட்ட மாட்டான். எனவே, வெற்றியாளர் களையே இந்த சமூகம் கொண்டாடுகின்றது. அவர்களே அனைவருடைய அங்கீகாரத்தையும் பெறுகின்றவர்கள்.

18
அங்கீகாரம் சம்பாதிக்கும் பயிற்சிக்களம்

நீ வெற்றியுள்ள மனிதனாக இருந்தால் உன்னிடம் சொந்தம் கொண்டாட, நட்பு கொண்டாட, பழக்கம் கொண்டாட நிறையப் பேர் இருப்பார்கள். வெற்றி என்பது மிகமிக அவசியம். வெற்றியை அடைய சரியான நேரம் இதுதான். கல்லூரியில் படிக்கும் இந்த நேரம்தான் வெற்றிக்கான அடித்தளம் அமைக்கும் நேரம்.

உங்களுக்கு ஒரு ரகசியத்தைச் சொல்கிறேன். உங்கள் வாழ்க்கையில் மிகமிக அழகான நாட்கள் கல்லூரியில் படிக்கும் இந்த நாட்கள்தான். இது உங்களுக்கு இப்போது தெரியாது. பிறகு தான் தெரியும். பள்ளி மற்றும் கல்லூரி நாட்கள்தான் அற்புதமான நாட்கள் என்று சொல்வதற்கு நிறைய காரணங்கள் இருக்கின்றன. முக்கியமான காரணம், உங்களுக்கு இப்போது பெரிய பொறுப்பெல்லாம் கிடையாது. இப்போது நீங்கள் கஷ்டப்பட்டு சம்பாதிக்க வேண்டியதில்லை. எல்லாவற்றிற்கும் மேலாக உங்கள் உடல் ஆரோக்கியமாக இருக்கிறது.

உங்கள் பெற்றோர்களிடம் கேட்டுப் பாருங்கள். நாற்பது வயது ஆகும் போது சர்க்கரை நோய் வந்துவிடும். 45 வயதில் ஹார்ட் அட்டாக் வரும். 50 வயதில் இடுப்பு வலி. 55 வயதில் மூட்டு வலி. அறுபது வயதில் உடலில் எத்தனை உறுப்புக்கள் உள்ளனவோ, அத்தனையிலும் வலி வரும். பல்வலி, கண்வலி என்று வாழ்க்கையே மிகவும் சிரமமாக இருக்கும். முதுமைப் பருவத்தில் வலிகளுக்குப் பஞ்சமிருக்காது. முதுமையில் வலி இருப்பது நல்லதுதான். வலியே இல்லையென்றால் இறந்து விட்டோம் என்று பொருள்.

சிலருக்கு படிப்பது சிரமமாகத் தோன்றும். இருப்பினும் சாதிக்க முயற்சி செய்யுங்கள். பல்வலி வரும்போது தான்

இவ்வளவு கஷ்டமாக இருக்கிறதே என்று வருந்துவோம். பல்வலி இல்லாதபோது சந்தோஷமாக இருக்கிறோமா? இல்லை. மகிழ்ச்சியாக இருக்கப் பழகுங்கள். உங்களுக்கு இப்போது வலிகள் இல்லை. மகிழ்ச்சியாக இருக்கவேண்டிய நேரம் இளமைப் பருவம். படிப்பதும் ஒரு மகிழ்ச்சியான நிகழ்வுதான். வயிற்றுவலி, தலை வலி அல்லது இருதய வலி போன்ற துயரமான நிகழ்வு அல்ல.

படிப்பதை கஷ்டமாக நினைக்கக்கூடாது. உலகத்திலேயே கஷ்டமில்லாத ஒரு வேலை படிப்பது ஒன்றுதான். ஆனால் அதுவே சிலருக்கு கஷ்டமாகத் தெரிகிறது. படிப்பது கஷ்டம் என்று கருதிக்கொண்டு சில மாணவர்கள் சினிமா பார்க்கப் போகிறார்கள். சிந்திக்கத் தெரிந்த ஒரு மனிதனுக்கு மட்டும்தான் மட்டமான ஒரு சினிமாவைப் பார்ப்பது எவ்வளவு கடினம் என்று தெரியும். மூன்று மணிநேரம் வீண். பாம்பு மனிதனை பழிக்குப்பழி வாங்கும் நடவடிக்கை, மூடநம்பிக்கை, ஓர் ஆணும் பெண்ணும் காதலித்து திருமணம் செய்த கதை என்று சிந்தனைக்கு ஊனம் விளைவிக்கும் கதைகளை படமாகப் பார்ப்பது எவ்வளவு கடினம்!

சென்னையில் ஒரு சினிமா தியேட்டர் ஆய்வுக்குப் போயிருந்தேன். நான் 11 மணிக்கு உள்ளே போகும்போதே நிறைய மாணவர்களும், மாணவிகளும் ஜோடி ஜோடியாக உட்கார்ந்திருந்தார்கள். இவர்களெல்லாம் யார் என்று கேட்டேன். அவர்களெல்லாம், கல்லூரி மாணவர்கள்தான், காதலர்கள் என்றார்கள். இங்கே எதற்கு வந்தார்கள் என்றால் சினிமா பார்க்க வந்ததாக பதில் சொன்னார்கள்.

சினிமா பார்க்க வந்தால் அவர்கள் எப்படி கல்லூரிக்கு சென்று படிக்க முடியும்? நான் 'சினிமா தியேட்டருக்கு அனுமதியே தரமாட்டேன்' என்றேன். உடனே, அந்த உரிமையாளர், "தப்பாக நினைத்துக் கொள்ளாதீர்கள் சார்! அந்த மாணவர்களை நம்பித் தான் நாங்கள் சினிமா தியேட்டரே நடத்துகிறோம்" என்றார். 11 மணிக் காட்சிக்கு வேறு யார் வருவார்கள்? சினிமா பார்ப்பது எளிதாக உள்ளது. ஆனால் படிப்பது உங்களுக்கு சிரமமாக உள்ளது. எதிர்காலத்தில் ஒரு தொழிலில் நிபுணராக இருக்க உதவுவது சினிமாவா அல்லது கல்லூரிப்படிப்பா என்று சிந்தித்துப் பாருங்கள். சினிமாதான் என்று உங்களுக்குத் தெரிகிறது என்றால் பகல்காட்சி சினிமாவிற்கு

செல்லுங்கள். இல்லையென்றால், பகலில் வகுப்பிற்கு சென்று பாடங்கள் பற்றிய ஆராய்ச்சியில் ஈடுபடுங்கள். ஒரு மாணவன் என்கிற முறையில் பாடம் படிக்கும்போது நீங்கள் ஓர் ஆராய்ச்சியாளன் என்பதை நினைவில் வைத்துக் கொள்ளுங்கள்.

உங்களை உயர்த்த, உங்களுக்கு அங்கீகாரம் சேர்க்கத் தேவையான அறிவு, திறமை, மனப்பான்மை போன்றவற்றை வளர்க்க வேண்டிய இடம் பள்ளி மற்றும் கல்லூரிகள் என்பதை உணருங்கள். கல்வி கற்கும் இடத்தைவிட புண்ணிய ஸ்தலம் வேறு ஏதுமில்லை.

19
முயற்சி அவசியம்

கல்வி கற்கும் பருவத்தை நல்லமுறையில் பயன்படுத்திக் கொண்டால் உங்களுக்கு உடனடியாக வேலை கிடைக்கும். பி.ஏ. ஆங்கில இலக்கியம், பி.எட். படியுங்கள். சி.பி. எஸ்.சி ஸ்கூலில், உங்களுக்கு 50000 சம்பளத்துடன் வேலை கிடைக்கும். பி.எச்.டி படியுங்கள், நல்ல சம்பளத்தில் கல்லூரிகளில் வேலை கிடைக்கும். இன்றைக்கு வேலையில்லை என்ற நிலைமை நிச்சயம் இல்லை. ஆனால், திறமையுள்ள இளைஞர்கள் இல்லை என்கிற நிலைதான் உள்ளது. வேலைகள் செய்யத் தகுதியுள்ள ஆட்கள் இல்லை. இன்னும் சொன்னால் தரமான வேலையாட்கள் இல்லை. ஒரு மிஷின் ரிப்பேர் செய்யத் தெரிந்தால் வேலை கிடைக்கும். மோட்டார் வாகனம் பழுது பார்க்கத் தெரிந்தால், வேலை கிடைக்கும். கம்ப்யூட்டரில் இணைய தளம் வடிவமைக்கத் தெரிந்தால் நல்ல சம்பளத்துடன் வேலை கிடைக்கும்.

அமெரிக்காவில் ஏழைக்குடும்பத்தில் ஒரு குழந்தை பிறக்கிறது. அந்தத் தாய் சொல்கிறாள், எனது மகனே! நீ மாபெரும் மனிதனாக வரவேண்டும். அந்தச் சிறுவன் பள்ளியில் தோல்வியடைகிறான், கல்லூரியில் தோல்வியடைகிறான், அரசியலில், குடும்ப வாழ்வில் தோல்வி. ஆனால் தொடர்ந்து பொதுக்கூட்டத்தில் பேசுவது, எழுதுவது, படிப்பது போன்றவற்றை செய்துகொண்டிருந்தான். அப்போது அவனிடம் கேட்டார்கள், ஏன் இவ்வளவு சிரமப்படுகிறீர்கள்? உங்களுக்கு 50 வயதாகிவிட்டது. இனிமேல் உங்களுக்கு எந்த வாய்ப்புமே கிடைக்காது என்றார்கள். அதற்கு அவர், "எனக்கு வாழ்க்கையில் எல்லா இடத்திலும் தோல்விதான் இருந்தாலும் நான் முயற்சியைக் கைவிட மாட்டேன், தொடர்ந்து முயற்சி செய்வேன். என்றாவது ஒரு நாள் எனக்கு ஒரு வாய்ப்பு கிடைக்கும். அமெரிக்க அதிபராக வந்துவிடுவேன். அப்போது நான் படித்த படிப்பு, எனது சிந்தனைத் திறன், எனது ஞாபக சக்தி, எனது அறிவு, எனது முடிவெடுக்கும்

திறன், எனது செயல்திறன் எனக்குப் பயன்படும். எனவேதான் நான் தொடர்ந்து முயற்சிக்கிறேன்" என்று சொன்னார். பிற்காலத்தில் சொன்னபடியே அவர் அமெரிக்க நாட்டினுடைய ஜனாதிபதியாக மாறினார், அவர்தான் ஆப்ரஹாம் லிங்கன்.

எவ்வளவு தோல்வியடைந்தாலும், மீண்டும் முயற்சி. அதுதான் விடாமுயற்சி. யார் என்ன சொன்னாலும் முயற்சி எடுத்தார் லிங்கன். விளைவு, வெற்றி. நீங்கள் ஏதாவது முயற்சி எடுக்கும் போது மற்ற மாணவர்கள் குறை சொல்லலாம். அதைப்பற்றிக் கவலைப்படாதீர்கள். நீங்கள் விளையாடச் செல்லும்போது அவர்கள், நீ விளையாடி பெரிய சச்சின் டெண்டுல்கராகப் போகிறாயா? எதற்காக விளையாடுகிறாய் என்று கேட்கலாம். நீ படித்து என்ன ஐ.ஏ.எஸ் ஆகப்போகிறாயா என்று கிண்டல் செய்யலாம். உங்களை மனம் தளரச் செய்வார்கள்.

நாங்கள் படிக்கும்போது ஒரு மாணவன் இங்கிலீஷ் கிளப் ஒன்று ஆரம்பித்தான். டெக் கிளப் (Development of English Club). அதை அவன் ஆரம்பித்தவுடன் சீனியர் மாணவர்கள் அவனைத் துன்புறுத்தினார்கள். அதோடு அவன் அம்முயற்சியை கைவிட்டான். அதோடு ஆங்கிலம் கற்கும் முயற்சியும் நின்றது. மற்றவர்கள் என்ன சொன்னாலும், அதை அலட்சியப்படுத்தி தொடர்ந்து முயற்சி செய்யவேண்டும். "என்னிடம் ஒரு கோடாரியைக் கொடுத்து இந்த மரங்களையெல்லாம் தொடர்ந்து வெட்டுங்கள் என்று சொன்னால் நான் மற்றவர்களைப்போல் 8 மணி நேரம் தொடர்ந்து வெட்ட மாட்டேன். நான் 2 மணி நேரம் மட்டும்தான் மரத்தை வெட்டுவேன். மீதி 6 மணி நேரம் எனது கோடாரியை கூர்மைப் படுத்துவேன்" என்று ஆப்ரகாம் லிங்கன் சொன்னார். பள்ளியில் படிக்கும் பனிரெண்டு ஆண்டுகள், கல்லூரியில் படிக்கும் மூன்று அல்லது நான்கு ஆண்டுகளில், உங்கள் கோடாரிகளைக் கூர்மைப்படுத்துங்கள், உங்களது அறிவை வளர்த்துக்கொள்ளுங்கள், செயல்திறனை மேம்படுத்திக் கொள்ளுங்கள். உங்கள் மனப்போக்கை மாற்றிக் கொள்ளுங்கள். அப்படிச் செய்தால் மட்டும்தான் நீங்கள் கல்வி அறிவு பெற்றவர்கள் என்று பொருள்.

20

மிகப்பெரிய சொத்து கல்வி

நீங்கள் எதற்காக கல்லூரிக்கு வந்திருக்கிறீர்கள் என்று யோசிக்க வேண்டும், படிப்பதற்கு, சர்டிபிகேட் வாங்குவதற்கு, வேலை தேடுவதற்கு என்று சொல்வீர்கள். இந்த அனைத்து காரணங்களையும் ஒரே வார்த்தையில் சொல்லலாம். அது, 'கல்வி' என்பது. நல்ல கல்வி கற்றவனுக்கு வேலை தேடிவரும். எதையும் கற்காமல் வெறும் பட்டம் மட்டும் பெற்றவன் வேலையைத் தேடி அலையவேண்டியிருக்கும். எனவேதான் வள்ளுவர் கற்க கசடற என்றார். எந்த சந்தேகமும் இல்லாதவரை கற்கவேண்டும்.

உங்களது மிகப்பெரிய சொத்து உங்களுடைய கல்வி. கொஞ்சம் யோசித்துப் பாருங்கள். கல்லூரிகளில் என்னை பேசுவதற்கு அழைக்கிறார்கள். நான் பெரிய டாட்டாவா, பிர்லாவா? பெரிய தொழிலதிபரா? எனக்கு பெரிய பங்களா இருக்கிறதா? இல்லை. என்னிடம் வெளிநாட்டு சொகுசுக்கார் இருக்கிறதா? நான் இதுவரை காரே வாங்கவில்லை. அரசாங்க கார் மட்டும் இருக்கிறது. எனது செல்வத்திற்கோ அல்லது செல்வாக்கிற்கோ கல்லூரிகளில் என்னை பேச அழைக்கவில்லை. இருப்பினும் என்னிடம் ஒரு சொத்து இருக்கிறது. அதுதான் கல்வி. இவர் வந்தால் மாணவர்கள் மத்தியில் சில கருத்துக்களை சொல்லுவார். வகுப்பறைப் பாடம் படிக்க ஆர்வம் இருக்கிறதோ, இல்லையோ அவர் பேசும்போது ஆர்வத்துடன் கேட்பார்கள் என்று நம்பி என்னை அழைக்கிறார்கள். கல்விதான் என் சொத்து என்று கூறலாம்.

புரிந்து படியுங்கள்

ஒவ்வோர் ஆண்டும் மாணவர்களுக்காக, ஐ.ஏ.எஸ்./ ஐ.பி.எஸ் நேர்முகத் தேர்வுக்கு ஒத்திகை நடத்தி வருகிறேன்.

அதற்கென்று ஒரு குழு உண்டு. அதில் ஒரு பேராசிரியரும் இருந்தார். அவருக்கு தமிழார்வம் அதிகம். தமிழ் இலக்கியத்திலிருந்து, கேள்விகள் கேட்பார். ஒரு மாணவியிடம் 'ஆற்றுப்படை' என்றால் என்ன என்று கேட்டார்.

அந்தக் காலங்களில் புலவர்கள் பலர் இருந்தார்கள். அந்தப் புலவர்களெல்லாம் ஏழைகள்தான். ஆனால் அவர்கள் செல்வந்தர்கள், அரசர்களையெல்லாம் புகழ்ந்து பாடுவார்கள். அரசன் மிகவும் கோழையாக இருந்தாலும் நீ பெரிய வீரன் என்று பாடுவார்கள். அவன் பெரிய கஞ்சனாக இருந்தாலும் நீ ஒரு கொடைவள்ளல் என்று பாராட்டுவார்கள். உடனே புலவர்களுக்கு தங்கம், பொருள் போன்ற பரிசுகள் கிடைக்கும். பரிசு பெற்ற புலவர் சக புலவருக்கு இந்த வழிமுறைகளை போதிப்பதுதான் ஆற்றுப்படை.

ஆற்றுப்படை என்றால் என்ன என்ற அந்த கேள்வியைக் கேட்டதும், "ஆறுமாதிரி மடித்து மடித்துப் படைகள் முன்னேறிப் போவது ஆற்றுப்படை" என்றான் ஒரு மாணவன். இன்னொரு மாணவியின் கற்பனையைப் பாருங்கள். சிறிதுநேரம் யோசித்து விட்டு, "அந்தக் காலத்தில் மன்னர்கள் இன்னொரு மன்னர்கள் மீது படையெடுத்துச் செல்லும்போது வேறெங்கும் செல்லாமல் ஆற்றின் ஓரமாகப் படையெடுத்துச் செல்வதுதான் ஆற்றுப்படை" என்றாள். இந்தப் பதிலைச் சொன்ன மாணவி, தமிழில் எம்.ஏ மற்றும் எம்.ஃபில் படித்தவள். மன்னிக்கவும். பட்டம் பெற்றவள்.

'செயற்கை நுண்ணறிவு' (Artificial Intelligence) என்றால் என்ன என்று கேட்டால், பி.இ. இறுதியாண்டு படிக்கும் மாணவர்களால் சரியாக பதில் சொல்ல முடியவில்லை.

மனித செயல்பாட்டையும், சிந்தனையையும் ஓர் எந்திரத்தில் கொண்டுவரக்கூடிய ஒரு கணினியை உருவாக்கும் விஞ்ஞானம் தான் செயற்கை நுண்ணறிவு.

ஒரு மாணவியின் பெயர் கோகிலா. கோகிலா என்றால் என்ன பொருள் என்று கேட்டேன். தெரியாது என்றாள். கோகிலா என்பது குயிலைக் குறிக்கும் என்று சொன்னேன். ஆச்சர்யப்பட்டார்.

முனைவர் சி.சைலேந்திரபாபு

ஒரு பள்ளியின் பெயர் 'பாரதீய வித்யா மந்திர்' வித்யா மந்திர் என்றால் என்ன பொருள் என்று கேட்டபோது அந்த பள்ளி மாணவனுக்கு தெரியவில்லை. நல்ல பிரபல்யமான பள்ளி தான். அறிவுடைய மாணவன்தான். இருந்தாலும் அதைப்பற்றி அவன் சிந்திக்கவில்லை.

வித்யா மந்திர் என்பதற்கு பள்ளிக்கூடம் என்று பொருள். (வித்யா = கல்வி, மந்திர் = ஆலயம்) கல்வி போதிக்கும் ஆலயம், பள்ளிக்கூடம். பள்ளிக்கு தமிழில் பள்ளி என்றால் மரியாதை கிடைக்காது. வித்தியா மந்திர் என்றால் ஒரு உயர் மரியாதை கிடைக்கும் என்று வடமொழி சொல்லில் பள்ளிகளுக்கு பெயர் வைத்திருக்கிறார்கள். அது தவறில்லை. ஆனால் மாணவர்களுக்கு இதையெல்லாம் புரியவைப்பது பள்ளி நிர்வாகிகளின் கடமையல்லவா?

செயல் திறமைகள்: (Skills)

உங்களால் செய்யக்கூடியது அனைத்தும் செயல் திறமைகள். கார் ஓட்டுவது, கணினியில் மின்னஞ்சல் அனுப்புவது, டி.வி. பழுது பார்ப்பது, இருதய அறுவை சிகிச்சை செய்வது, பாட்டு பாடுவது, ஓவியம் வரைவது போன்றவை செயல்திறமைகளாகும்.

நான் எம்.பி.ஏ படித்துக் கொண்டிருக்கிறேன். சென்னையில் வகுப்பு நடந்துகொண்டிருந்தது. ஓர் ஆசிரியர் அரைமணி நேரம் வகுப்பெடுத்தார். 'மெயில் மெர்ஜ்' பற்றி பாடம் எடுத்துக் கொண்டிருந்தார். என்னிடம் அப்போது இருந்த மடிக்கணினியில் மெயில் மெர்ஜ் பற்றி சொல்லிக் கொடுங்கள் என்றேன். சற்று யோசித்து விட்டு, அருகில் வந்த ஆசிரியர், "பிரதர், எனக்கு சொல்லிக் கொடுக்கத்தான் தெரியும், மெயில் மெர்ஜ் செய்து காட்டத் தெரியாது" என்றார். இவரிடம் செயல்திறமை இல்லை.

வகுப்பு முடிந்து வீட்டிற்குச் சென்றேன். எனது மகனுக்கு 9 வயது. நான் வீட்டில் இருந்தால் எனது கணினியை எடுத்து அவனது நண்பர்களுக்கெல்லாம் தினமும் மின்னஞ்சல் அனுப்புவது அவனது வழக்கம். ஆர்குட்டில் அவன், தன்னுடைய வயது பத்தொன்பது என்று சொல்லி நம்பவைத்து சேர்ந்திருக்கிறான். அவனது இந்த வயதில் ஆர்குட்டில் இருக்கக்

கூடாது என்பதால் வயதை உயர்த்திச் சொல்லி சேர்ந்துள்ளான். வகுப்பில் மெயில் மெர்ஜ் பற்றி போதித்தார்கள்; அந்தப் பேராசிரியருக்கே தெரியவில்லை என்று அவனிடம் சொன்னேன். எனக்குத் தெரியும், வாருங்கள், நான் சொல்லித் தருகிறேன் என்றான். நானும் கற்றுக்கொண்டேன்.

நான் ஆங்கில இலக்கியத்தில் பட்டப்படிப்பு படித்திருக்கிறேன். ஆனால் எனக்கு ஆங்கிலத்தில் ஒரு கடிதம் பிழையுமின்றி எழுதத் தெரியாது என்று சொன்னாலோ, அல்லது நான் தமிழ் இலக்கியம் படித்திருக்கிறேன். ஆனால் எனக்கு மேடையில் பேசத்தெரியாது என்று கூறினாலோ எப்படி இருக்கும்? இவர்களுக்கு செயல்திறமை இல்லையென்று சொல்லி விடலாம்.

மனப்பான்மை (Attitude):

உங்கள் உணர்ச்சிகளும் அதன் வெளிப்பாடுகளும்தான் மனப்போக்கு. இதில் நல்ல மாற்றங்கள் வரவேண்டும்.

நான் சாதாரணக் குடும்பத்திலிருந்து வந்திருக்கிறேன்; என் தந்தை கலெக்டர் கிடையாது, என் அம்மா தொழிலதிபர் கிடையாது. என்னால் சாதிக்க முடியுமா? மிகப்பெரிய சாதனை படைக்க முடியுமா? என்கிற ஐயம் உங்களுக்கு வரக்கூடும். இந்த மனப்பான்மை சுயமுன்னேற்றத்திற்கு உகந்தது அல்ல! முன்னேற்றத்தைத் தடுத்து நிறுத்தும் ஆற்றல் படைத்தது உங்கள் தாழ்வு மனப்பான்மை. உங்கள்மீது உங்களுக்கே நம்பிக்கை இல்லாமல் இருப்பதுதான் உங்களுடைய மிகப்பெரிய பலவீனம்.

உங்களை நம்புங்கள்:

சரித்திரத்தைப் பாருங்கள். கண்கள் தெரியாதவர்கள் பெரிய சாதனைகள் படைத்திருக்கிறார்கள். அறிவே இல்லை என்று ஆசிரியரால் வகுப்பறையிலிருந்து வெளியேற்றப்பட்ட தாமஸ் ஆல்வா எடிசன் 1300 கண்டுபிடிப்புகளை கண்டறிந்துள்ளார். படிப்பே வராத ஐன்ஸ்டீன் பிற்காலத்தில் மிகப்பெரிய விஞ்ஞானி யாக உருவானார். லூயி பாஸ்டருக்கு இரண்டு கால்களுமே

ஊனம். அமெரிக்காவில் நான்கு முறை ஜனாதிபதியாக இருந்தவர் ரூஸ்வெல்டு. அவருக்கு இரண்டு கால்களும் ஊனம்.

கண்கள் தெரியாது, காது கேட்காது, வாய் பேச முடியாது. ஆனால் பி.ஏ, எம்.ஏ, பி.எச்.டி என்று படித்து பல புத்தகங்கள் எழுதினார் ஹெலன் கெல்லர். அவர் பிற்காலத்தில் பேசப்பழகி உலகத்திலேயே மிகச்சிறந்த பேச்சாளராக மாறினார்.

எனவே, உங்களை ஆழமாக நம்புங்கள். உங்களாலும் மிகப்பெரிய சாதனைகள் படைக்கமுடியும். உங்களிடம் நல்ல உடல் இருக்கிறது. சாதிக்கவேண்டும் என்ற ஆசை இருக்கிறது உங்களுக்கு நல்ல பெற்றோர்கள் இருக்கிறார்கள். நல்ல கல்லூரி இருக்கிறது. நல்ல பேராசிரியர்கள் இருக்கிறார்கள். அதைப் பயன்படுத்திக் கொள்ளுங்கள். பள்ளியிலும் கல்லூரியிலும் படிக்கும் காலத்தைப் பயன்படுத்திக் கொள்ளுங்கள். கல்வி என்பது அறிவு, செயலாற்றல், மனப்போக்கு மற்றும் தன்னம்பிக்கை அடங்கியது. கல்வி ஒரு பொக்கிஷம். அதை ஈட்டும் இடம் கல்விச்சாலைதான். கல்லூரி ஒரு பயிற்சி மைதானம். இதில் ஒவ்வொரு நிமிடத்திலும் பயிற்சி எடுங்கள். உங்களுக்கு வெற்றிக் கோப்பை கிடைக்கும்.

21

விநாடிகள்தோறும் வாய்ப்புகள்

வாழ்க்கையில் வாய்ப்புகள் வந்து கொண்டே தான் இருக்கும். ஆனால் அந்த வாய்ப்புகளை பயன்படுத்திக் கொள்வதும், பயன்படுத்தாமல் இருப்பதும் நம்மைப் பொறுத்தது. அதேமாதிரி ஒரு நல்ல கல்லூரியில் சேர்ந்து படிக்கக்கூடிய வாய்ப்பு உங்களுக்குக் கிடைத்திருக்கிறது. தமிழ்நாட்டில் சென்ற வருடம் பிளஸ்டூ படிப்பில் தேர்ச்சிபெற்ற 6 லட்சம் பேரில் வெறும் 1.5 லட்சம் பேர்தான் கல்லூரிகளில் சேர்ந்திருக்கிறார்கள். அதில் ஒரு லட்சம் பேர் தொழில்நுட்பக் கல்லூரியில் சேர்ந்து இருக்கிறார்கள். இப்பொழுது நிறைய தொழில் நுட்பக் கல்லூரிகள் வந்துவிட்டன.

என்னுடைய மூத்த சகோதரர் மேல்நிலைக்கல்வியில மாவட்டத்திலேயே இரண்டாவது இடத்தைப் பிடித்தார். அவனுக்கு தொழில்நுட்பக் கல்லூரியில் இடம் கிடைக்கவில்லை. தமிழ்நாட்டில் அந்தக் காலத்தில் பொறியியல் கல்லூரிகளில் இருந்ததே 1000 இடங்கள் தான். ஆனால் தற்போது ஒரு கல்லூரியில் மட்டுமே 1200 இடங்கள் இருக்கின்றன. அப்படி 450 கல்லூரிகள் தமிழ்நாட்டில் மட்டும் வந்து விட்டன.

ஒரு கல்லூரி விழாவின் போது, ஒரு மாணவர், இந்தியா 2020ல் வல்லரசாகிவிடுமா? என்று கேட்டார். நான் சிறிது யோசித்தேன். இளைய சமுதாயமான மாணவர்களிடம் நான் பொய் சொல்ல விரும்புவது இல்லை. அதனால், 'சத்தியமாக எனக்குத் தெரியாது' என்று பதிலளித்தேன். ஏனென்றால் தமிழகத்தில் ஆறு லட்சம் மாணவர்கள் பிளஸ் டூ தேர்ச்சி பெற்றதில் ஒன்றரை லட்சம் மாணவர்கள்தான் கல்லூரியில் சேர முடிகிறது. மீதியிருக்கும் நான்கரை லட்சம் மாணவ, மாணவியருக்கு மேற்படிப்பு படிக்க வசதி கிடையாது. அந்த மாணவர்களுக்கெல்லாம் படிக்க விருப்பமில்லாமல் இல்லை. ஒரு

முனைவர் சி.சைலேந்திரபாபு

லட்சம் ரூபாய் செலவு செய்து கல்லூரியில் சேர்வதற்கான வசதி கிடையாது. உங்கள் பெற்றோர்கள் பெரிய பணக்காரர்கள் என்று நான் நம்பவில்லை. இருந்தாலும் சிரமப்பட்டு பணம் திரட்டி உங்களை ஆவலுடன் கல்லூரிக்கு அனுப்பி விட்டார்கள். இன்னும் பத்து ஆண்டுகளில் இந்தியா வல்லரசாக வேண்டும். நானும் ஆசைப்படுகிறேன். ஆனால் அப்படியொரு வல்லரசாக மாற நாம் பல விஷயங்களை வேரோடு மாற்றவேண்டும். மக்களின் பழக்க வழக்கங்கள் மாற்றப்படவேண்டும். அதற்கு நாம் அனைவரும் தயாராக வேண்டும். ஊர்கூடித் தேர் இழுப்போம்.

பெற்றோர் தியாகம்:

அப்பா மந்திரியோ, அம்மா தொழிலதிபரோ கிடையாது, பெரிய வசதிகள் கிடையாது. இருந்தாலும், பிள்ளையை படிக்க வைக்க வேண்டும் என்று ஆசைப்படுகிறார்கள். எனது மகனுக்கு அண்ணா பல்கலைக்கழகத்திலோ, அரசுக் கல்லூரியிலோ இடம் கிடைக்கவில்லை. இருந்தாலும் பரவாயில்லை என்று தனியார் கல்லூரிகளில் பிள்ளைகளை சேர்த்திருக்கிறார்கள் பல பெற்றோர்கள்.

கோவை நகரில் 3000 போலீஸ் அதிகாரிகள். அவர்களுக்கு ஜி.பி.எப் என்று ஒன்று இருக்கிறது. கடந்த பல வருடங்களாக பணத்தை சிறிதுசிறிதாக சேர்த்து வைத்திருப்பார்கள். மருத்துவ மனை செலவிற்கு, இல்லாவிட்டால் பிள்ளைக்கு திருமணம் செய்வதற்கு என்று வைத்திருக்கும் பணம் அது. அதை அப்படியே எடுத்து கட்டணமாக செலுத்தி பிள்ளைகளை கல்லூரியில் சேர்ப்பார்கள்.

நான் பல கல்லூரி விழாக்களில் பங்கு கொள்வதால் பலர், என்னிடம் வந்து கல்லூரிகளில் இடம் வாங்கித் தரச் சொல்கிறார்கள். 'நன்றாகப் படிக்கும் பிள்ளைதான்; ஆனால் மதிப் பெண் குறைந்துவிட்டது, அந்தக் கல்லூரிக்கு நீங்கள் சென்றிருக்கிறீர்கள். அதன் தாளாளரை உங்களுக்குத் தெரியும். எப்படியாவது அட்மிஷன் வாங்கிக் கொடுங்கள்' என்று வந்து நிற்பார்கள். இது பல வேளைகளில் எனக்கு தர்மசங்கடத்தை ஏற்படுத்தும். இருப்பினும் அந்தப் பெற்றோரின் ஆதங்கத்தையும் கவனிக்க வேண்டியுள்ளது.

கஷ்டமான சூழ்நிலையிலும் பெரிய பெரிய தியாகத்திற்கிடையில் பெற்றோர்கள் படிக்க வைக்கிறார்கள். மாணவிகள் தங்க நகைகள் போட்டிருப்பார்கள். அம்மாவிடம் தங்க நகைகள் இருக்காது. இருப்பதையெல்லாம் பெண் பிள்ளைகளுக்குத் தான் போடுவார்கள். உங்கள் பெற்றோர்கள் அழுக்கு ஆடைகளை அணிந்திருந்தாலும் அழகு ஆடைகள் உங்களுக்கு வாங்கித் தருவார்கள். எனவேதான் பலமுறை ஞாபகப்படுத்துகிறேன். கல்லூரியில் காலடி எடுத்து வைக்கும்போதே, நமது பொறுப்பு என்ன என்று நீங்கள் சிந்திக்க வேண்டும்.

கல்லூரிக்கு வந்த பின்னால் நீங்கள் பள்ளிக்கூட மாணவர்கள் கிடையாது. பொறுப்புள்ள நீங்கள் செய்யவேண்டிய முக்கியமான காரியங்களைப் பற்றி அடிப்படையாக சிந்திக்க வேண்டும். மிகவும் கஷ்டப்பட்டு வருடத்திற்கு ஒரு லட்சம் ரூபாய் செலவு செய்து என் பெற்றோர் இங்கு அனுப்பியிருக்கிறார்கள், எதற்காக அனுப்பியிருக்கிறார்கள்? நான் என்ன செய்யவேண்டும்? நான்கு வருடம் கழித்து நான் எப்படிப்பட்ட ஆளாக இருக்க வேண்டும்? எனக்கு மாதம் எவ்வளவு சம்பளம் வேண்டும்? எவ்வளவு சம்பாதித்தால் பெற்றோர் செலவு செய்த பல லட்சங்களை திருப்பித் தரமுடியும் என்று சிந்திக்க வேண்டும்.

நீங்கள் நான்கு வருடங்கள் கல்லூரியில் இருக்கப் போகிறீர்கள், வருடத்திற்கு *365* நாட்கள். நான்கு வருடத்திற்கு *1460* நாட்கள். அதற்காக உங்கள் பெற்றோர் ஏழு லட்சம் ரூபாய் செலவு செய்கிறார்கள். ஒரு நாளைக்கு சுமார் ஐநூறு ரூபாய் செலவு செய்து உங்களை உங்கள் பெற்றோர் கல்லூரிக்கு அனுப்பி இருக்கிறார்கள். எதற்காக? ஒரு நாளைக்கு நீங்கள் ஐநூறு ரூபாயாவது சம்பாதிக்க வேண்டுமல்லவா. அல்லது ஐநூறு ரூபாய் பெறுமானமுள்ள கல்வியை கற்கவேண்டுமல்லவா? சாதாரணமாக நினைக்காதீர்கள். ஐநூறு ரூபாய் என்பது ஒரு பெரிய தொகை. அதில் ஒரு சட்டை வாங்கலாம். ஒரு ஷூ வாங்கலாம். எனது மகனைக் கொண்டுபோய் ஒரு லட்சம் ரூபாய் செலவு செய்து ஒரு கல்லூரியில் சேர்ப்பது எனக்கே சிரமமாக இருக்கிறது. ஆனால் என்னைவிட வருமானம் குறைந்த உங்கள் பெற்றோர்கள் அதை தைரியமாகச் செய்கிறார்கள். இச்சூழ்நிலையில் நீங்கள் என்ன செய்ய வேண்டும் என்று சிந்திக்க வேண்டும்.

இதுபோன்று அடிப்படையாக நீங்கள் சிந்திக்க ஆரம்பித்தாலே உங்களுக்கு விடை கிடைக்கும். தினமும் 500 ரூபாய் பெற்றோர்கள் செலவு செய்கிறார்கள். இன்று படிக்க வேண்டும், ஏதாவது ஒன்றைத் தெரிந்துகொள்ள வேண்டும். திறமைகளை வளர்த்துக் கொண்டு பெரிய கம்பெனியில் வேலை செய்யத் தகுதி உள்ளவனாக மாற வேண்டும். உங்களை உங்கள் பெற்றோர் பொறியியல் கல்லூரியில் அல்லது மேலாண்மைக் கல்லூரியில் படிக்க அனுப்புவதன் காரணமே பெரிய கம்பெனியில் பெரிய வேலை கிடைக்கும் என்பதற்காகத்தான்.

லட்சக்கணக்காக சம்பளம் அமெரிக்காவில் கிடைக்கும். என் சொந்தக்காரர்கள் சென்றிருக்கிறார்கள், பக்கத்து வீட்டுப் பெண் பிள்ளை அமெரிக்காவிலிருந்து அனுப்பும் பணத்தில் தோட்டம் வாங்கியிருக்கிறாளே அப்படி ஒரு வேலை, நல்ல சம்பளம் என் பிள்ளைக்கும் கிடைக்கும் என்ற நம்பிக்கையில்தான் கல்லூரிக்கு அனுப்புகிறார்கள். உங்களை ஒரு கலைக்கல்லூரிக்கோ, டீச்சர் டிரெய்னிங் படிக்கவோ அனுப்பியிருக்கலாம் அல்லது ஒரு தொழிற்சாலையில் வேலைக்குச் சேர்த்து விட்டிருக்கலாம். அதெல்லாம் சிறிய வேலைகள்; அதெல்லாம் என் பிள்ளைக்கு வேண்டாம் என்று நினைத்திருக்கிறார்கள் உங்கள் பெற்றோர்கள். எனவேதான், கல்லூரியில் சேர்த்திருக்கிறார்கள்.

22

கல்லூரிப்படிப்பு என்பது உயர்கல்வி

நான் ஒரு கல்லூரியின் பட்டமளிப்பு விழாவிற்குச் சென்றிருந்தேன். அப்போது நிர்வாகிகள், எங்கள் கல்லூரி மிக நல்ல கல்லூரி என்றார்கள். நான் எப்படியென்று கேட்டேன். அதற்கு அவர்கள், இங்கு படிக்கும் அனைவருக்கும் வேலை கிடைக்கும் என்றார்கள்.

பின்பு பட்டம் பெற ஒவ்வொரு மாணவராக வந்தார்கள். உங்கள் வேந்தர் வேலை கிடைத்துவிடும் என்று சொல்கிறாரே. நீங்கள் வேலை பார்க்கிறீர்களா என்று கேட்டேன். ரிலையன்ஸ் கம்பெனியில் சேல்ஸ் கேர்ளாக இருக்கிறேன் என்றாள் ஒரு பட்டதாரி மாணவி. எவ்வளவு சம்பளம் என்று கேட்டதற்கு, 2500 ரூபாய் சம்பளம் வாங்குகிறேன் என்றாள் அந்தப் பெண். இதற்காகத்தான் நீங்கள் கல்லூரியில் படித்தீர்களா? இல்லை. உயர்ந்த வேலை, அதிகப்படியான சம்பளம், நல்ல கௌரவம். சமுதாயம் நம்மை திரும்பிப் பார்க்க வேண்டும். அதற்காகத்தான் நீங்கள் இந்தக் கல்லூரியில் சேர்ந்திருக்கிறீர்கள். இந்த சேல்ஸ் கேர்ள் வேலைக்கு பட்டப் படிப்பு தேவையில்லையே என்றேன்.

திறமையுள்ள மாணவனுக்கும், மாணவிக்கும், படித்து வெளியில் வரும்போது லட்சம் சம்பளத்தில் வேலைகள் காத்துக் கொண்டிருக்கின்றன. இது உண்மை. நீங்கள் ஒரு திறமையான மாணவன் என்றால் நீங்கள் படித்து முடித்தவுடன் உங்களுக்கு மாதம் ஒரு லட்சம் ரூபாய் சம்பளம் தருவதற்கு காத்துக் கொண்டிருக்கிறார்கள். பள்ளிப்படிப்பு முடித்து ஒரு இன்ஜினியரிங் டிப்ளமோ படித்தாலே ஒரு கம்பெனியில் நல்ல சம்பளத்தில் வேலை கிடைக்கும். எம்.இ. படியுங்கள். நல்ல திறமையுள்ள எம்.இ முதுகலைப் பட்டதாரிகளுக்கு, கல்லூரிகளில் சில வருடங்களில் குறைந்தது ஐம்பதாயிரம் சம்பளம் கிடைக்கும். ஆனால் நீங்கள் திறமையுள்ளவராக இருக்கவேண்டும். கற்பிக்கும்

திறன் கொண்டவராக இருக்க வேண்டும். மாணவர்களிடம் படிக்க வேண்டும் என்ற ஆர்வம் ஏற்படுத்தும் வல்லமை உள்ளவராக இருக்க வேண்டும். திறமையுள்ள மாணவனுக்கு உடனே நல்ல வேலை கிடைக்கும். பிளஸ் டூ முடித்துவிட்டு சி.ஏ. படித்து முடித்தால் சென்னையில் மாதம் ஒன்றரை லட்சம் ரூபாய் சம்பளம் கிடைக்கும். என்ஜினியரிங் படிக்கும் உங்களிடம் நல்ல திறமைகள் இருந்தால் மைக்ரோசாப்ட் கம்பெனியில் பல லட்சம் ரூபாய் சம்பளம் கிடைக்கும். இதுதான் உண்மை.

கல்லூரியில் சேர்ந்தபிறகு எவ்வளவு அதிகம் சம்பாதிக்க முடியும்? எவ்வளவு பெரிய பதவிக்கு வரமுடியும்? என்னென்ன போட்டித் தேர்வுகள் இருக்கின்றன? 'கேட்' (GATE) தேர்வு எழுத முடியுமா? மைக்ரோசாப்ட், பெப்ஸி, கோலா போன்ற பெரிய கம்பெனிகளில் சேரமுடியுமா? என்னால் ஐ.ஏ.எஸ் அல்லது ஐ.பி.எஸ் அதிகாரியாக வரமுடியுமா? இதைப்பற்றித்தான் நீங்கள் சிந்திக்க வேண்டும். பெரிதாக சாதிக்க, சிந்திக்க வேண்டும்.

எனக்கு கேம்பஸ் இண்டர்வியூவில் மாதம் 25000 சம்பளம் கிடைத்தால் போதும் என்று நினைக்கக்கூடாது. அதற்கு கல்லூரிக்கு வரவேண்டிய அவசியம் கிடையாது. ஏ.சி.மெக்கானிக் ஆகியிருக்கலாம். திறமையுள்ள ஏ.சி. மெக்கானிக்குகள் மாதம் குறைந்தது ஒரு லட்சம் சம்பாதிக்கிறார்கள். சிலர் தொழிலதிபர்கள் ஆகிவிட்டனர். கல்லூரிப் படிப்பு என்பது சர்வ சாதாரணம் அல்ல. அது அசாதாரண கல்வி. உயர்கல்வி. அதற்கான மரியாதையை அளித்துவிட்டு, கல்லூரியில் அடியெடுத்து வையுங்கள்.

23

சகலகலா வல்லவர்கள்

கல்லூரியில் சேர்ந்தபிறகு, நீங்கள் படிக்கக்கூடிய பாடங்கள், எடுக்கும் மதிப்பெண்கள் இவையெல்லாம் ஓரளவிற்கு முக்கியம். நீங்கள் படிப்பது என்னவென்று உங்களுக்குத் தெளிவாகத் தெரிய வேண்டும். உங்களுக்கு என்னென்ன தெரியுமோ, அதுதான் உங்களுடைய அறிவு.

சமீபத்தில் அண்ணா பல்கலைக்கழகத்தில் ஒரு பெண் தற்கொலை செய்து கொண்டாள். மதிப்பெண் குறைவாக வாங்கியவள் என்று நினைக்கிறீர்களா? அதுதான் இல்லை. நல்ல மதிப்பெண் வாங்கியவள்தான். ஆனால் சக மாணவர்கள் அவளுக்கு ஆங்கிலம் சரியாகப் பேசத் தெரியவில்லை என்று கேலி செய்ததால் மனமுடைந்து தற்கொலை செய்து கொண்டாள். அறிவாற்றல் இருக்கிறது. ஆனால், சமுதாயத்தில் வாழக் கூடிய வழி முறைகள் தெரியவில்லை. மனிதனைப்பற்றிய கல்வி இல்லை. பல்வேறு சிறந்த பண்புகளை நீங்கள் வளர்த்துக் கொள்ள வேண்டும். அவற்றை கல்லூரியில் படிக்கும்போதுதான் வளர்க்க முடியும். படித்து முடிந்து கல்லூரியைவிட்டு வெளியில் செல்லும்போது உங்களுக்கு நிறைய திறமைகள் இருக்கவேண்டும். எதைப் பேசவேண்டும், எதைப் பேசக்கூடாது என்பது தெரிய வேண்டும். எப்போது பேச வேண்டும்; எப்போது பேசக்கூடாது என்பது தெரிந்திருக்க வேண்டும். யாருக்கு எப்படி எழுதுவது என்பதும் ஒரு கலைதான். ஆங்கில மொழியில் சரளமாக பிழையின்றி பேசவும் எழுதவும் கற்றுக் கொள்ள வேண்டும். உயர் படிப்பு படிக்கிறீர்கள் என்பதை நினைவில் வைத்துக் கொள்ளுங்கள். உங்களுக்கு பன்னாட்டு கம்பெனிகளில் வேலை கிடைக்க ஆங்கிலம் சரளமாகப் பேசவேண்டும். தற்போது நிறையப் பேருக்கு தமிழிலேயே பேசத் தெரிவதில்லை, அதிலேயே நிறைய தவறுகள். தமிழ் மற்றும் ஆங்கிலத்தில் நன்றாக எழுதவும், பேசவும் கல்லூரியில் கற்றுக் கொள்ளவேண்டும்.

முனைவர் சி.சைலேந்திரபாபு

பொறியியல் மாணவர் என்றால் வங்கி மேலாளரிடம் சென்று, நான் கல்லூரியில் படிக்கிறேன் எனக்கு ஐந்து லட்சம் ரூபாய் கடன் வேண்டும் என்று கேட்கத் தெரிய வேண்டும். அவர் மறுத்தால் ஏன் கொடுக்க மாட்டீர்கள் என்று கேட்கத் தெரிய வேண்டும். கல்விக் கடன் கிடைக்கும்வரை முயற்சி செய்ய வேண்டும். கணினியை இயக்கத் தெரிய வேண்டும். மின்னஞ்சல் அனுப்பத் தெரிய வேண்டும். கார் ஓட்டத் தெரிய வேண்டும். இவைதான் திறமைகள். நான் சில நாட்களுக்கு முன்பு ஒரு கல்லூரி விழாவிற்கு சென்றிருந்தேன். என்னுடைய வலைத் தளத்தில் உள்ள புகைப்படங்களை எடுத்து சினிமா டைட்டில் போல ஓர் அறிமுக வீடியோவை ஒரு மாணவர் காட்டினார். அது எனக்கு மிக ஆச்சரியமாக இருந்தது. அந்த மாணவனிடம் அவ்வளவு திறமை இருக்கிறது. 'உனக்கு எந்தக் கம்பெனியிலும் வேலை கிடைக்கும். நீ வேலை தேட வேண்டிய அவசியமில்லை' என்று சொன்னேன். திறமைகளை வளர்த்துக் கொண்ட மாணவனுக்கு வேலை கிடைப்பதில் சிரமம் இருக்காது.

பேச்சுப்போட்டி நடைபெறுகின்ற போதெல்லாம் போய் கலந்து கொள்ளுங்கள். கட்டுரைப்போட்டியில் பங்கு பெறுங்கள், தகவல் தொடர்புத் திறன் வளரும். கணினிப் பொறியாளர்கள் பலருக்கு வேலை கிடைக்காதற்கு முக்கியக் காரணம் தொடர்பு கொள்ளும் திறன் இல்லை என்பதுதான். தொடர்பு கொள்ளக் கூடிய திறமை போதுமானதாக இல்லை. ஆங்கிலத்தில் உரையாடும் திறன் குறைவாக உள்ளது. இறுதியாண்டு பொறியியல் கல்லூரியில் படிக்கிற மாணவர்களுக்குக்கூட, ஆங்கிலத்தில் பேசினால் புரிவதில்லை. கல்லூரிக்கு வரும் சிறப்பு விருந்தினர் தமிழில் பேசினால் கைதட்டி ஆரவாரம் செய்கிறார்கள் மாணவர்கள். ஆங்கிலத்தில் பேசினால் அவர்களுக்கு புரிந்து கொள்வது கடினமாகயிருக்கும் என்பதுதானே அதன் பொருள்? இந்த மாணவர்கள் மூன்று வயதிலிருந்தே ஆங்கிலம் கற்றவர்கள் என்பதை மறுப்பதற்கில்லை. ஆங்கில அறிவு எப்படி வரும்? காலையில் எழுந்து சாமி கும்பிடும்போது, 'சாமி எனக்கு நல்ல ஆங்கில அறிவைக் கொடு' என்று வேண்டுவதால் வருமா? வராது. மொழியை நீங்கள்தான் பயிற்சி செய்யவேண்டும். காலை முதல் மாலை வரை வெட்டிப்பேச்சு பேசிக்கொண்டிருந்தால் ஆங்கிலத் திறன் வந்துவிடுமா? வராது. ஆசிரியர்களை கிண்டல் செய்தால் ஆங்கில அறிவு வராது. ஓயாமல் சினிமா, சீரியல் பார்த்தாலும்

மொழித்திறன் வளராது. ஒரு மொழியை நீங்கள்தான் சுயமாக பயிற்சி செய்து கற்க வேண்டும்.

ஒரு பொறியியல் கல்லூரியில் பேசி முடித்தவுடன் ஒரு மாணவன், 'நீங்கள் ஆங்கிலம் நன்றாகப் பேசுகிறீர்கள் சார், ஆனால் எங்களுடைய ஆசிரியர்களுக்கு ஆங்கிலம் வரவே மாட்டேன் என்கிறதே சார். நாங்கள் என்ன செய்யட்டும்?' என்று கேட்டான். இன்போசிஸ் நிறுவனத்தில் நேர்காணலின்போது உனக்கு ஆங்கிலம் சரியாகத் தெரியவில்லை, தொடர்பு கொள்ளத் தெரியவில்லை என்றால், "எங்கள் கல்லூரியில் ஆங்கிலப் பேராசிரியருக்கே சரியாக ஆங்கிலம் பேசத் தெரியாது" என்று பதில் சொல்லமுடியுமா? உன்னுடைய கல்லூரிப் பேராசிரியர் ஆங்கிலம் நன்றாகப் பேசத் தெரிந்தவராக இருந்தால் உங்களுக்கு வேலை கிடைத்துவிடாது. உங்களுக்கு திறன்கள் வேண்டும். அப்போதுதான் உங்களுக்கு வேலை கிடைக்கும். உங்களுக்காக உங்களது தந்தை தண்டால் எடுக்கமுடியாது. உங்கள் திறமைகளை மற்றவர்கள் வளர்த்துத்தரமுடியாது. அதை நீங்கள்தான் வளர்க்க வேண்டும். கல்லூரி நன்றாக இருந்தாலும் சரி. இல்லாவிட்டாலும் சரி, அதைப்பற்றி நீங்கள் கவலைப்படத் தேவையில்லை. அண்ணா பல்கலையில் படிக்கும் அனைத்து மாணவர்களுமே சாதனை படைப்பதில்லை; IITயில் படித்த பல மாணவர்கள் வெற்றி பெறவில்லை. சாதாரணக் கல்லூரிகளில் படித்தவர்கள் அனைவரும் சாதனை படைக்காமல் இருப்பதும் கிடையாது. அவை தனி மனிதனின் ஆர்வத்தையும் முயற்சியையும் பொறுத்தது. பல கலைகளை கற்கத்தான் பல்கலைக்கழகங்களில் சேர்ந்துள்ளீர்கள். பல கலைகளைப் பயிற்சி செய்யுங்கள்.

24

நல்ல நேரம்

டாக்டர் ஏ.பி.ஜே. அப்துல்கலாம் அவர்கள் அரசாங்கப் பள்ளியில் தமிழ்வழியில்தான் படித்தார். அவர் விஞ்ஞானியாகவில்லையா? அவருக்கு கணிதம் புரியவில்லையா? அவர் இந்தியாவின் ஜனாதிபதியாக வரவில்லையா? இங்கே பிரச்சனையே உங்களைப் பற்றியதுதான். நீங்கள் கணிதம் படிக்க வேண்டுமா, படித்துவிடலாம், உங்கள் ஆசிரியருக்குத் தெரிந்தாலும் தெரியாவிட்டாலும் கவலையில்லை. ஆனால் எனக்கு கணிதத்தில் விருப்பமேயில்லை. சுட்டுப்போட்டாலும் கணிதம் வராது என்று நினைத்தால் கண்டிப்பாக யாராலும் உங்களுக்கு கணிதம் கற்றுத்தர முடியாது. எவ்வளவு பெரிய அறிஞர்களாக இருந்தாலும் உங்களுக்கு கற்றுத்தர முடியாது.

நீங்கள் பணக்காரர்கள். எங்களிடம் இல்லாத பெரிய சொத்து உங்களிடம் இருக்கிறது. அது என்ன தெரியுமா? நேரம். உங்களுக்கெல்லாம் குறைந்த வயதுதான். அதனால் நிறைய நேரமிருக்கிறது.

தினமும் ஒரு மணிநேரம் உங்களுடைய சுய முன்னேற்றத்திற்கு நீங்கள் செலவு செய்தால் பெரிய கணினிப் பொறியாளராக வரமுடியும். பெரிய மருத்துவராக முடியும். அந்த நேரம் உங்களிடம் இருக்கிறது.

மாணவர்களே! நீங்கள் ஆற்றல் படைத்தவர்கள்: சக்தி படைத்தவர்கள், பணக்காரர்கள் என்பதை மறந்துவிடாதீர்கள். சொத்து என்பது இடம், கட்டிடம், தொழிற்சாலை போன்றவை மட்டுமில்லை. ஒரு மனிதனுடைய ஆர்வம், உடல்நலம், அவனுடைய நேரம் இவையெல்லாம்கூட சொத்துக்கள்தான். அவை உங்களிடம் நிறையவே இருக்கின்றன. நல்ல உடல்நலம் இருக்கிறது. நீங்கள்தான் உங்களுடைய உண்மையான சொத்து.

எனவே, இந்த கல்லூரி நாட்களில் பாடப்புத்தகங்களை வாசிக்க வேண்டும். ஆசிரியர் சொல்லிக் கொடுக்கும் பாடங்களை மட்டும் படித்தால் போதாது. மற்ற புத்தகங்களை வாசிக்க வேண்டும். நிறைய நல்ல புத்தகங்கள் எழுதியிருக்கிறார்கள். அதைப் படிக்க உங்களது பொன்னான நேரத்தை செலவிடுங்கள்.

ஆங்கிலம் பேச வெட்கப்படாதீர்கள். நான் ஆங்கிலம் பேசினால் எப்படியிருக்குமோ? மற்றவர்கள் ஏதாவது சொல்வார்களோ என்று நினைக்காதீர்கள். தவறாக இருந்தாலும் பரவாயில்லை பேசுங்கள். மேடையில் பேச வாய்ப்புக் கிடைத்தால் பேசுங்கள், முதலில் உங்களை யாரும் கண்டுகொள்ள மாட்டார்கள். நன்றாகப் பேச ஆரம்பித்த பின்பு உங்களைப் பார்த்துப் பலர் பெருமைப்படுவார்கள். சிலர் பொறாமைப் படுவார்கள். பேசப் பழகிவிட்டால் நல்ல வேலை கிடைக்கும். எனவே, ஆங்கில மொழியறிவு மிகமிக முக்கியம். அதற்கு நேரத்தைச் செலவிடுங்கள்.

நல்ல நேரம், கெட்ட நேரம் என்று உலகில் எதுவும் இல்லை. எல்லாமே நல்ல நேரம்தான். நேரத்தை ஆக்கமிகு செயலில் ஈடுபடுத்தினால் நல்ல பயன் கிடைக்கும். பணத்தைக்கூட விரயம் செய்யலாம். ஆனால் நேரத்தை மட்டும் விரயம் செய்யாதீர்கள். நேரத்தின் மதிப்பு பணத்தைவிட அதிகம்.

25

விளையாட்டு

உங்கள் உடல்நலத்தை வளர்த்துக் கொள்வது அவசியம். நிறையப் படித்துவிட்டு மென்பொருள் பொறியாளராக பெரிய நிறுவனங்களில் வேலை பார்க்கிறார்கள். வாரக்கடைசியில் (சனி ஞாயிறுகளில்) விருந்துண்டு மகிழ்கிறார்கள். அவர்களில் சிலருக்கு 30 வயதுகளில் இருதய நோய் வந்துவிடுகிறது. உடற்பயிற்சி செய்வதே கிடையாது. பிரபலமான மென்பொருள் மற்றும் தொழில் நிறுவனங்கள் தனியார் மருத்துவமனையுடன் ஒப்பந்தம் செய்திருக்கிறார்கள். ஆம்புலன்ஸை அங்கேயே நிறுத்தி வைத்திருக்கிறார்கள். அலுவலகத்தில் இருந்து அசையாமல் பணிபுரியும் பலருக்கும் நோய்கள் வந்துவிட்டன.

இதை நான் வருத்தப்பட்டுச் சொல்கிறேன். பல கல்லூரிகளில் விளையாட்டிற்கு முக்கியத்துவம் கொடுப்பதே கிடையாது. சமீபத்தில் ஒரு பல்கலைக்கழகத்தில் விளையாட்டு விழாவிற்காக என்னை அழைத்தார்கள். அங்கிருந்த துணை வேந்தர், "நாங்கள் எங்கள் பிள்ளைகளை விளையாட விட்டதே இல்லை. சும்மா ஒரு பேருக்காகத்தான் இந்த விழாவை நடத்துகிறோம்" என்று கூறினார். எனக்கு மிகுந்த கோபம் வந்தது. மாணவர்கள் விளையாடினால்தானே அவர்களுக்கு தலைமைப் பண்பு வளரும்? விளையாடினால்தான் உடல் ஆரோக்கிமாக இருக்கும். தைரியம், வலியைத் தாங்கும் பண்பு போன்றவை விளையாடும் பொழுதுதான் வளர்க்க முடியும். கீழே விழுந்து அடிபட்டால் தான் தெரியும்; வலி என்பது என்னவென்று! ஒரு கிலோமீட்டர் ஓடினால்தான் உடலில் எத்தனை உறுப்புக்கள் இருக்கின்றன என்பது உங்களுக்கே தெரியும். அத்தனை உறுப்புகளும் வலிக்கும். ஓடிப் பழகவேண்டும். பல மாணவர்களுக்கு ஓடவே தெரியவில்லை. இன்னும் ஓடிப் பழகவில்லை. தினமும் ஒரு மணிநேரம் ஓடும் மாணவனுக்கு உடல்

ஆரோக்கியம் கிடைக்கும். அவனுக்கு தினமும் புத்துணர்ச்சி பெருகும். அவன் பெரிய சாதனையாளனாக வருவான்; எழுதி வைத்துக் கொள்ளுங்கள். காலையில் ஐந்து மணிக்கு எழுந்திருக்கும் பழக்கமிருந்தால் உங்களுக்குத் தோல்வியே கிடையாது. காலையில் 5 மணிக்கு எழுந்து ஒரு மணி நேரம் ஓடுங்கள். உடல் புத்துணர்ச்சி பெறும். ரத்த ஓட்டம் சரியாக நடக்கும். படிக்க வேண்டும் என்ற ஆர்வம் உண்டாகும். படித்தது மறக்காது; சிறந்த மனப்பான்மை வரும். சாப்பிட பசி ஏற்படும். உடல் பருமன் ஆகாது.

ஒரு வாலிபால் போட்டி என்று வைத்துக் கொள்ளுங்கள். நீங்கள்தான் அணித்தலைவன். உங்கள் குழுவை அழைத்துக் கொண்டு விஜயவாடா செல்லவேண்டும். அந்த ஆறுபேரைக் கண்டுபிடித்து அவர்கள் பெற்றோர்களிடம் பேசி அனுமதி பெற்று அழைத்துச் செல்லவேண்டும். அந்த ஆறுபேரின் பெற்றோரும் அங்கேயெல்லாம் நல்ல சாப்பாடு கிடைக்குமோ கிடைக்காதோ என்று கேட்பார்கள். அதற்கு பதிலளித்து அவர்களை சமாளித்து விளையாட அழைத்துச் செல்லவேண்டும். இந்த ஆறுபேரையும் விஜயவாடாவிற்கு அழைத்துச் சென்று, விடுதி எடுத்து தங்க வைத்து விளையாட்டை சரியாக விளையாடி ஜெயித்தாலும் தோற்றாலும் திருப்பி நல்ல முறையில் அழைத்துவர வேண்டும். அதுதான் தலைமைப்பண்பு. அதுதான் மேலாண்மைத்திறன். தலைமைப் பண்புகளை செயல்கள் மூலம்தான் வளர்க்க முடியும்.

குழு மனப்பான்மையை வளர்க்க வேண்டும். ஒரு விளையாட்டு வீரனுக்கு உடல்நிலை சரியில்லாமல் போகும்; அவனை மருத்துவமனையில் சேர்த்து பார்த்துக் கொள்ள வேண்டும். ஒருவன் காணாமல் போவான். அவனைத் தேடிக் கண்டுபிடிக்க வேண்டும். அதுதான் தலைமைப்பண்பு. அது விளையாட்டு வீரர்களுக்குத்தான் வரும். விளையாட்டு மைதானத்தில்தான் இப்பண்புகளை வளர்க்க முடியும். இந்த முறை தோற்றால் அடுத்த முறை ஜெயிக்கலாம் என்று நினைக்கத் தோன்றும். தோல்விக்கு மேல் தோல்வி வந்தாலும் முயற்சி செய்யக்கூடிய ஒரு பண்பு விளையாட்டு வீரருக்குத்தான் வரும். எனவே, உங்கள் கல்லூரியில் அனுமதித்தாலும் சரி, அனுமதிக்கா விட்டாலும் சரி, தினமும் ஒரு மணிநேரம் உடற்பயிற்சி செய்யுங்கள். கால்பந்து விளையாடுங்கள். நான் அணித்

தலைவனாக இருந்தால்தான் விளையாடுவேன் என்று அடம் பிடிக்காதீர்கள். ஒரு சாதாரண அணி வீரனாக விளையாடுங்கள். டீம் கேப்டன் என்ற ஒரு தகுதியைக்காட்டிலும் டீம் பிளேயர் என்ற தகுதி இன்னும் சிறந்தது. நல்ல தொண்டனாக இருந்தால்தான் நல்ல தலைவனாக முடியும். நல்ல வேலையாளாக இருந்து பழகியவன்தான் நல்ல மேலாளராக இருக்க முடியும்.

நல்ல வேலையாளாக இருக்கவேண்டும்:

உங்களுக்கெல்லாம் முதன்முதலில் ஒரு நிறுவனத்தில் சேரும் போது குழு உறுப்பினராகத்தான் வாய்ப்பு கிடைக்கும். இங்கே என்ன பிரச்சனையென்றால், அனைவருமே தங்களை தலைவர்கள் என்று நினைக்கிறார்கள். பின்பற்றுபவர்களே கிடையாது. ஒரு தொழிற்சாலையில் பத்துபேர் வேலை பார்ப்பார்கள். அதற்கு சூப்பர்வைசர் ஐந்து பேர். இது நம் நாட்டுக் கலாசாரம்.

விளையாட்டுத்துறையில் உள்ள பல்வேறு விளையாட்டுக் கழகங்களில் இரண்டு குழுக்களாக இயங்குவதைப் பார்க்க முடிகிறது. அவர்களுக்குள் தகராறு, வழக்குகள். அந்த பதவியில் தான் ஆசை இருக்கிறது, செய்யும் செயலில் அல்ல. இது இன்று பேஸ்கட் பால், வாலிபால், கிரிக்கெட் என்று அனைத்து விளையாட்டுகளிலும் உருவாகி விட்டன.

தென்கொரியாவில் வேலை பார்ப்பவர்கள் அனைவருமே வேலையாட்கள்தான். மேற்பார்வையாளர்கள் மிகமிகக்குறைவு. அனைவரும் அவரவர் வேலையைப் பார்ப்பார்கள். ஜப்பானிய பேருந்துகளில் ஓட்டுநர் மட்டும்தான் இருப்பார். கண்டக்டர் இல்லை. டிக்கெட் பரிசோதகர்களும் இல்லை.

திறமையை வளர்த்துக் கொள்ளுங்கள். உலகத்தில் என்னென்ன நடக்கிறது என்பதை எட்டிப்பாருங்கள். நீங்கள் விரும்பும் வேலை கிடைப்பதற்கு என்னென்ன தகுதிகள் வேண்டும் என்று தெரிந்து கொள்ளுங்கள். அந்தத் திறமைகளை வளர்த்துக் கொள்ளுங்கள்.

இப்போதெல்லாம் நல்ல திறமைமிக்க வாகன ஓட்டுநருக்கே மரியாதை இருக்கிறது. நல்ல ஓட்டுநர் கிடைப்பதில்லை,

என்கிறார்கள் பஸ் உரிமையாளர்கள். திறமையுள்ள ஆசிரியருக்கு நல்ல மரியாதை கிடைக்கிறது. நல்ல பொறியாளர்களுக்கு மரியாதை இருக்கிறது. சொந்தமாகத் தொழில் தொடங்கும் ஆட்களுக்கு மரியாதை இருக்கிறது. தரமுள்ள ஆர்வமுள்ள வேலையாட்கள் மிகமிக குறைவு என்று தொழிலதிபர்கள் கூறுகிறார்கள்.

எனவே, இத்திறமைகளையெல்லாம் இந்தக் கால கட்டங்களில் நீங்கள் வளர்த்துக் கொண்டால் உங்களுக்கு நல்ல வேலை கிடைக்கும்.

26

தொலைக்காட்சி-சினிமா குறைப்பு

திறமைகளை வளர்த்துக் கொள்வதற்கு நமக்குக் கிடைத்திருக்கும் நேரம் மிகக்குறைவு. அப்படியிருக்க கல்லூரி வேளைகளில் சினிமா பார்க்கச் சென்றால், உங்களுக்கு என்ன திறமைகள் வளரும்? ஆங்கில அறிவோ, தமிழறிவோ வளருமா? தொழில்நுட்பத்திறன் வளருமா? தலைமைப்பண்புகள் வளருமா? சிந்தனைத்திறன் வளருமா? சராசரி மனிதனாக மாறிவிடுவீர்கள்.

சினிமா தியேட்டருக்குச் செல்வதற்கு முக்கால் மணிநேரம், திரும்பி வருவதற்கு முக்கால் மணிநேரம், சினிமா இரண்டரை மணி நேரம் என்று மொத்தம் நான்கு மணிநேரம் வீணாகிவிடும். ஒரு சினிமா அல்லது தொலைக்காட்சித் தொடர் பார்ப்பதால், அறிவு வளர்ந்துவிடுமா? செயல்திறன் வளருமா? மனப்போக்கில் மாற்றம் வருமா? வகுப்புகளுக்கு ஒழுங்காகப் போகாத மாணவர்கள் பலர் சினிமாவை தவறாமல் பார்க்கிறார்கள்.

சினிமா என்பது உங்கள் வாழ்க்கை அல்ல. அது ஒரு பொழுதுபோக்கு. நீங்கள் நன்றாகப் படித்து பல்கலைக்கழகத்தில் நல்ல மதிப்பெண் வாங்கிவிட்டால் சிறிதுநேரம் பொழுது போக்கலாம். அந்த வெற்றியைக் கொண்டாடுவதற்கு வேண்டுமானால் சினிமா பார்க்கலாம். ஆறுமாதத்திற்கு ஒரு சினிமா பார்க்கலாம். தினமும் தொலைக்காட்சியில் அரைமணி நேரம் ஜியாக்ரபிகல் சேனல் போன்றவற்றை பார்க்கலாம். இதுவும் பொழுதுபோக்குதான். ஆனால், விஞ்ஞான அறிவையும் உலக அறிவையும் வளர்க்கும் பொழுதுபோக்குகள் அவை.

நமது முன்னோர்களின் தவறான வழிகாட்டுதலால் இளைஞர்கள் சினிமாவிற்குத்தான் முக்கியத்துவம் கொடுக்கிறீர்கள். தவறு உங்களிடத்தில் மட்டும் இல்லை. உங்களைப் பெற்றவர்களிடமும் தான்.

இது போன்று உங்கள் சிந்தனை, உங்கள் நேரம் ஆகியவற்றை தேவையில்லாத விஷயங்களில் ஈடுபடுத்தக்கூடாது. நேரத்தைப் பயன்படுத்திக் கொள்ள வேண்டும். படித்து முடித்தவுடன் மூன்று லட்சம் ரூபாய் சம்பளம் வாங்க என்ன செய்ய வேண்டுமென்று சிந்தியுங்கள். செய்திகள் பார்க்க வேண்டும், ஆங்கில நாவல்கள் படிக்க வேண்டும். சுயமுன்னேற்ற நூல்கள் படிக்க வேண்டும். சுருக்கமாகச் சொன்னால் உங்களுடைய திறமைகளை வளர்த்துக் கொள்ள வேண்டும்.

கிடைக்கும் நேரத்தில் விளையாட வேண்டும், பல்வேறு விதமான பயனுள்ள செயல்களில் ஈடுபட வேண்டும், கலந்துரையாட வேண்டும். போட்டிகளில் பங்கேற்க வேண்டும். உங்கள் வாழ்க்கையில் நீங்கள் வெற்றியடைய வேண்டும். உங்கள் பெற்றோர்களின் கனவுகள் நினைவாக வேண்டும். ஒரு மாபெரும் மனிதனாக வாழவேண்டும், இந்தச் சமுதாயம் உங்களைத் திரும்பிப் பார்க்க வேண்டும். உங்கள் பெயர் பத்திரிகையில் வரவேண்டும், உங்கள் பெற்றோர்களின் கஷ்டங்கள் அனைத்தும் நீங்கவேண்டும் என்று நீங்கள் நினைத்தால் அதை நிச்சயமாக உங்களால் நிறைவேற்றிக் காட்ட முடியும்.

வாழ்க்கையில் வெற்றி பெற கல்வி, அறிவு, சிறந்த திறன்களை வளர்த்துக் கொள்ள வேண்டும். நீங்கள் சிந்திக்கவேண்டும். சிந்திப்பது என்பது ஒரு மனப்பான்மை. எந்த சூழ்நிலையில், எவ்வளவு தியாகங்கள் செய்து நம்மைப் படிக்க வைக்கிறார்கள் நமது பெற்றோர்கள். அப்படியென்றால் நாம் பொறுப்புள்ளவர்களாக மாறவேண்டும். நமக்கு என்ன கடமைகள் இருக்கிறதோ, அவற்றைச் செய்யவேண்டும். படிக்கவேண்டும், மதிப்பெண் பெற வேண்டும். அனாவசியமாக ஊர் சுற்றுவதால் பயனில்லை. பொறுப்பற்ற மாணவர்களோடு அரட்டை அடித்துக் கொண்டிருந்தால் பாடங்களில் தோல்வி ஏற்படும். அதனால் உங்கள்மீது உள்ள நம்பிக்கை உங்களுக்கே குறையும்.

எந்த வேலையும் செய்யாமல் உங்களுக்கு யாரும் அதிக சம்பளம் கொடுக்க மாட்டார்கள். உங்கள் சொந்தக் கம்பெனியில் ஒருவேளை கிடைக்கலாம். நான் அதிகாரத்தில் இருக்கும் ஒருவருக்கு மச்சான் எனக்கு உங்கள் கல்லூரியில் பேராசிரியர் பதவி கொடுங்கள் என்றால் கொடுப்பார்கள். ஆனால், நான்

முனைவர் சி.சைலேந்திரபாபு

வகுப்பிற்கு வரவே மாட்டேன் என்றால் வேலை கொடுப்பார்களா? எழுதி வைத்துக் கொள்ளுங்கள். இந்த உலகத்தில் எதுவுமே இலவசமாக கிடைக்காது. உங்கள் கல்லூரிப் பேராசிரியர்கள் போதிப்பது இலவசம் அல்ல. அரசாங்கம் அவர்களுக்கு சம்பளம் கொடுக்கிறது. அது பொது மக்களின் வரிப்பணம். கல்லூரிக்கு நீங்கள் அனைவரும் கட்டணம் செலுத்துகிறீர்கள். அல்லது ஏழை எளிய மக்கள் உங்களுக்காக அதைச் செலுத்துகிறார்கள்.

நல்ல அறிவுரைக்கு விலை உண்டு. உடல்தான் இலவசம். உங்கள் பெற்றோர்கள் உங்களுக்கு இலவசமாய் கொடுத்தது இந்த உடல்தான். இந்தப் பொன் உடலை வைத்து நீங்கள் என்ன வேண்டுமானாலும் சாதிக்கலாம், மைக்ரோசாப்ட் போன்ற கம்பெனியை உருவாக்கலாம்.

தொலைக்காட்சி மற்றும் சினிமா பார்ப்பதைக் குறைத்து, அதனால் மிச்சமாகும் நேரத்தை உங்கள் முன்னேற்றத்திற்கான முயற்சிகளில் செலவிடுங்கள்.

27

வேலை கலாச்சாரம்

எனது அலுவலகத்தில் தினமும் ஏறத்தாழ ஐம்பதுபேர் தங்கள் குறைகளைச் சொல்வதற்காக வருவார்கள். இளைஞர்கள் சிலர் வந்தார்கள். ஒரு சாப்ட்வேர் கம்பெனியில் வேலை பார்த்தவர்கள். 25000 ரூபாய் சம்பளம் கொடுப்பதாகச் சொல்லிய நிறுவனம் மூன்று மாதங்களாக சம்பளம் கொடுக்கவில்லை. பல முறை கேட்டும் கிடைக்கவில்லை. வேலையை விட்டுவிட்டார்கள். பின்பு நிறுவனம் நடத்தியவரை எப்படியாவது சிறையில் அடைக்க வேண்டுமென்று போலீஸ் ஸ்டேஷன், கலெக்டர் அலுவலகம், முதல்வர் தனிப்பிரிவு என்று எல்லாவற்றிற்கும் புகார் அனுப்பியுள்ளார்கள். ஆறுமாதங்களாக இந்தப் பழிவாங்கும் வேலையில் ஈடுபட்டுள்ளனர்.

ஒரு நிறுவனம் துவங்கி உங்களுக்கு வேலை கொடுத்து, உங்களை வைத்து வேலை வாங்கியவரின் கம்பெனி வளர்ந்துள்ளதா? என்று கேட்டேன். இல்லை. கம்பெனியை மூடி விட்டார்கள் என்றனர். உங்களைப் போன்றவர்களை வைத்து வேலை வாங்கினால் எப்படி கம்பெனி வளரும்? என்று மனதில் நினைத்துக்கொண்டேன். நிறுவனம் நடத்தியவருக்கு ஐந்துகோடி ரூபாய் நஷ்டம். அவர் எப்படி உங்களுக்குப் பணம் தரமுடியும் என்று கேட்டேன். அவர் தரணும் சார். ரூ. 25000 கொடுக்கிறோம் என்று பேப்பரில் விளம்பரப்படுத்தினார்கள், எனவே தந்தாக வேண்டும் என்று பதிலளித்தனர். அவன் கம்பெனி ஆரம்பித்து நஷ்டமடைந்துள்ளான். அவனிடம் போய் எப்படி சம்பளம் கேட்க முடியும்? எனவே விட்டு விடுங்கள் என்று கூறினேன். கடந்த ஆறு மாதங்களாக எந்த வேலைக்கும் செல்லாமல் இதே வேலையாகத் தான் இருக்கிறோம்; விடமாட்டோம். நீங்கள் அவரை உடனே கைது செய்யுங்கள் என்றார்கள்.

இவர்களுடைய மனப்பான்மையைப் பாருங்கள். ஒரு கம்பெனியில் வேலைக்குச் சேர்கிறோம். அந்தக் கம்பெனி மூடும்

முனைவர் சி.சைலேந்திரபாபு

நிலைக்கு வந்துவிட்டது. அந்த வேலையை விட்டுவிட்டு வேறு வேலைக்கு முயற்சி செய்வோம் என்றில்லாமல் நிறுவனரை பழிக்குப் பழி வாங்க வேண்டும் என்று நினைக்கிறார்கள். இதில் யாருக்கு லாபம்? மனப்பான்மை சரியில்லை. இப்படிப்பட்ட மனப்பான்மை இருக்கும்போது, இந்தியாவில் தொழில் தொடங்கும் ஒருவர் தொழிலை வளர்த்து சர்வதேச நிறுவனங்களோடு எப்படி போட்டியிட முடியும்?

இதேபோல் ஒரு சம்பவம், ஜப்பானில் நடந்திருந்தால், அந்த மாணவர்கள் என்ன செய்திருப்பார்கள்? நீங்கள் எங்களை வேலைக்கு வைத்துவிட்டீர்கள். நாங்களும் கம்பெனியின் ஒரு அங்கமாகிவிட்டோம். இன்னும் ஆறுமாதம் நாங்கள் வேலை செய்கிறோம். சம்பளமே எங்களுக்கு வேண்டாம். இந்தக் கம்பெனியை எப்படியாவது தூக்கி நிறுத்துவோம். இந்தக் கம்பெனி நம்பர் 1 ஆக வரவேண்டும். அதற்காகப் போராடுவோம் என்பார்கள். இதுதான் ஜப்பானியர்களின் மனப்பான்மை. பொதுவாக, ஜப்பானியர்கள் வேலைநிறுத்தத்தில் ஈடுபட மாட்டார்கள். வேலைநிறுத்தம் செய்யும் சூழ்நிலை வந்தால் வேலையை முடித்துவிட்டு மாலையில் பேசித் தீர்வு காண்பார்கள். ஆண்டிற்கு ஒரு முறை ஐந்து நிமிடங்கள் வேலை செய்யாமல் அமைதியாக இருப்பார்களாம். வேலைநிறுத்தத்தில் ஈடுபட உரிமையுள்ளது என்பதை ஞாபகப்படுத்துவதற்காக அதைச் செய்கிறார்கள். அப்படிப்பட்டவர்களிடம் நாம் போட்டி போட வேண்டி இருக்கிறது. நமது வேலைக் கலாசாரம் (Work Culture) மேம்படுத்துதல் வேண்டும்.

பீத்தோவன் எப்படி இசையமைப்பாரோ, பிக்காஸோ ஓவியம் எப்படி வரைவாரோ அதுபோல் ஈடுபாட்டுடன் நீங்கள் உங்கள் வேலையைச் செய்யவேண்டும். ஒரு சிறிய வேலை என்றாலும் முழு ஈடுபாட்டுடன் செய்யுங்கள். கிடைத்தது சிறிய வேலை என்று நினைக்காமல் அதில் சேர்ந்து, வேலையைக் கற்றுக் கொள்ளுங்கள். உங்களுக்குக் கொடுக்கக்கூடிய சம்பளத்தைவிட அதிகமாக வேலை செய்தால் சில ஆண்டுகள் சென்ற பின்னால். நீங்கள் செய்யும் வேலையைவிட அதிகமாக சம்பளம் உங்களுக்கு நிச்சயமாகக் கிடைக்கும்.

28

வேலை உண்டு; ஆள் இல்லை

கிடைத்த வாய்ப்புகளைப் பயன்படுத்திக் கொண்டால் நீங்களும் பெரிய சாதனை படைக்க முடியும். உங்கள் பெற்றோர்களிடம் நாற்பது லட்சம் ரூபாய் பணமிருந்தால் உங்களை சென்னையில் பெரிய மெடிக்கல் காலேஜில் சேர்த்திருப்பார்கள். இருபது லட்சம் ரூபாய் பணமிருந்திருந்தால் பி.இ எலக்ட்ரானிக்ஸில் சேர்த்திருப்பார்கள். பத்து லட்சம் ரூபாய் பணமிருந்திருந்தால் நல்ல ஒரு என்ஜினியரிங் காலேஜில் சேர்த்திருப்பார்கள்.

அப்படிச் சேர்ப்பதற்கு அவர்களுக்கு ஆசை இருக்கிறது. ஆனால் பணமில்லை. அது முடியாத காரணத்தால் தான் ஆர்ட்ஸ் காலேஜில் சேர்த்திருக்கிறார்கள். பணம் அதிக செலவில்லை. சாதாரணமான செலவுதான். இதில் படித்துக் கூட பெரிய ஆளாகிவிடலாம்.

கம்ப்யூட்டர் சயின்ஸ் போன்ற படிப்பு படித்து என் பிள்ளைக்கும் ஏதாவது ஒரு பெரிய வேலை கிடைக்கும். வெளிநாடு சென்று மாதம் ஒரு லட்சம் ரூபாய் என் பிள்ளையும் சம்பாதிப்பான் என்னும் ஆசையில் உங்களது பெற்றோர்கள் எவ்வளவோ சிரமங்களுக்கிடையிலும் உங்களை படிக்க வைக்கிறார்கள்.

ஒரு மாணவனுடைய நடத்தையில் விரும்பத்தக்க பல மாற்றங்களை ஏற்படுத்துவதுதான் கல்வி. முதல் வருடம் சேரும் போது எப்படியிருந்தானோ, அதேபோல் இறுதியாண்டுவரை இருக்கிறான் என்றால், அவன் கல்வி பெறவில்லை என்று பொருள். அறிவில் மாற்றமிருக்க வேண்டும்; செய்யும் செயல்களில் மாற்றமிருக்க வேண்டும். மனப்போக்கில் நல்ல மாற்றமிருக்க வேண்டும். இந்த மூன்றுவிதமான மாற்றங்கள் விரும்பத்தக்க

மாற்றங்களாக இருக்க வேண்டும். அப்படி மாற்றங்களை கொண்டு வந்தீர்கள் என்றால்தான் கல்வியிருக்கிறது என்று பொருள். எனவே, கல்விக்காகத்தான் உங்கள் பெற்றோர்கள் உங்களை கல்லூரிக்கு அனுப்பியிருக்கிறார்கள்.

உங்கள் பெற்றோர்கள் என்ன எதிர்பார்ப்பார்கள்? நல்ல வேலை மற்றும் பெரிய பதவி. சாதாரணப் பதவியே போதும் என்றால் நீங்கள் எதற்காக கல்லூரிக்கு வந்தீர்கள்? கல்லூரிக்கு வர வேண்டிய அவசியமே கிடையாது. பாலிடெக்னிக்கில் படித்திருக்கலாம், ஐ.டி.ஐயில் படித்திருக்கலாம். (ஐ.டி.ஐ படிப்பதை நான் கௌவரக்குறைவாக கருதவில்லை. மாறாக பட்டப் படிப்பிற்கு மேலாக கருதுகிறேன்)

இந்த சூழ்நிலையில் ஒரு நல்ல செய்தி சொல்ல விரும்புகிறேன். இன்று படித்த திறமையுள்ளவர்களுக்கு நல்ல வேலைகள் ஏராளமாக உள்ளன. ஆனால் திறமையுள்ளவர்கள் குறைவாக இருக்கிறார்கள். விஞ்ஞான முறையில் விவசாயம் பார்க்க ஆளே கிடையாது. டிராக்டர் ஓட்டுவதற்கு ஆட்கள் இல்லை. மோட்டார், ஏ.சி மெக்கானிக்காக வேலை பார்க்க ஆட்கள் பற்றாக்குறை.

பி.காம் படிப்பவர்கள் C.P.T. தேர்வு எழுதி வெற்றி பெற வேண்டும். ஒரு வருடம் படித்தபின்பு இன்டர் படிக்கவேண்டும். நான்கைந்து வருடங்களுக்குப் பிறகு சி.ஏ முடித்துவிடலாம். சி.ஏ முடித்தபின்பு சென்னையில் ஒரு லட்சம் ரூபாய் சம்பளத்தில் வேலையிருக்கிறது. இராணுவத்தில் அதிகாரிக்கான பதவிகள் பல காலியாக உள்ளன. தகுதியுள்ள இளைஞர்கள்தான் இல்லை.

பட்டப்படிப்பு படிக்கும் மாணவர்கள் பி.எட் படியுங்கள். வெளியில் வரும்போது தனியார் பள்ளியில் ஆசிரியர் வேலை *50000 சம்பளத்தில் உள்ளது.*

"நல்ல முனைவர் பட்டம் வாங்கிய ஓர் ஆசிரியை இருந்தால் சொல்லுங்கள். எனது பள்ளியின் முதல்வராக நியமிக்கிறேன். ஒரு வீடு, கார், செல்போன் கொடுத்து மாதம் ஒரு லட்சம் ரூபாய் சம்பளம் கொடுக்கிறேன்" என்று ஒரு சி.பி.எஸ்.இ பள்ளியின் உரிமையாளர் என்னிடம் கூறினார்.

நல்ல திறமையுள்ள ஆசிரியர்களுக்கு நிறைய வாய்ப்புகள் உள்ளன. ஒரு நல்ல தலைமைப் பண்புள்ள பேராசிரியருக்கு, கல்லூரி முதல்வராக வேலை பார்க்க இன்றைய சம்பளம் மாதம் ஒன்றரை லட்சம் ரூபாய். நிறைய வேலைகள் இருக்கின்றன. ஆனால் என்ன பிரச்சனை என்றால் அந்த வேலை தெரிந்த இளைஞர்கள் இல்லை. வெறும் பட்டப்படிப்பு சான்றிதழால் உங்களுக்கு வேலை கிடைக்காது. உங்களுக்கு அதீத திறமைகள் இருந்தால் அதுதான் உங்கள் வேலைக்கான சான்றிதழ்.

29

செயல் பெரிது

படிக்கும்போது எனக்கு பல்கலைக்கழகத்தில் தரவரிசை வேண்டும்? முதுகலை பயிலும்போது எவ்வளவு மதிப்பெண் பெற வேண்டும்? அதற்குப்பிறகு நான் என்ன செய்யவேண்டும்? பத்து வருடம் கழித்து நான் எப்படிப்பட்ட ஆளாக இருக்கவேண்டும்? பதினைந்து வருடங்கள் சென்றபிறகு எனக்கு என்ன வேண்டும்? என்று பெரிதாக ஆசைப்பட வேண்டும்.

ஒரு சாதாரண ஆசிரியராக வந்தால் போதாது, ஒரு பள்ளியில் உள்ள அனைத்து மாணவர்களும் போற்றக்கூடிய ஒரு சிறந்த ஆசிரியர் என்று பெயரெடுக்க வேண்டும். அனைத்து வீடுகளிலும் ஒரு கம்ப்யூட்டர் இருக்க வேண்டும் என்று பில்கேட்ஸ் ஆசைப்பட்டார். அது நடந்து விட்டது.

ஒரு பெரிய கல்லூரியை நிறுவி விட்டீர்கள், ஒரு ஐ.ஏ.எஸ் அல்லது ஐ.பி.எஸ் அதிகாரியாக வந்து விட்டீர்கள். ஒரு நோபல் பரிசு பெற்ற விஞ்ஞானியாகி விட்டீர்கள் என்றால் உங்கள் பெற்றோர்கள் எவ்வளவு சந்தோஷப்படுவார்கள்? நிறைய மாணவர்களுக்கு சாதிக்க வேண்டும் என்ற ஆசையிருக்கிறது, தமிழ்நாட்டில் முதல் மதிப்பெண் பெற வேண்டும். அண்ணா பல்கலைக்கழகத்தில் அல்லது சென்னை மருத்துவக் கல்லூரியில் சேரவேண்டும் என்று ஒருவேளை ஆசைப்பட்டிருக்கலாம், ஆனால் அது ஏன் நடைபெறவில்லை என்று பார்த்தால் சரியான செயல் இல்லை. போதுமான முயற்சி இல்லை. திட்டமிட்ட போர் யுக்தி இல்லை.

இந்த உலகில் இல்லாத கொள்கை எது தெரியுமா? 'நான் எதுவுமே செய்யமாட்டேன்; எனக்கு எல்லாமே கிடைக்க வேண்டும்' என்ற கொள்கைதான். உங்களுக்கு இலவசமாய் யாருமே சாப்பாடு போடமாட்டார்கள். ஒரு சாப்பாடு

போட்டால்கூட அதற்கு ஒரு காரணம் இருக்கிறது என்பதை ஞாபகம் வைத்துக் கொள்ளுங்கள். ஒரு மாணவன் உங்களை சினிமா பார்க்க அழைக்கிறான் என்று வைத்துக் கொள்ளலாம். அவன் இலவசமாய் கூட்டிச் செல்கிறான் என்றால் காரணம் இல்லாமல் இருக்குமா? அதற்கும் ஒரு விலை இருக்கிறது என்பதை நினைவில் கொள்ளுங்கள். அடுத்தமுறை நீ அவனை சினிமாவிற்கு அழைத்துச் செல்ல வேண்டும். அல்லது வேறு ஏதாவது உதவி செய்யவேண்டும் என்று எதிர்பார்ப்பார்கள். அதுதான் அதற்குரிய விலை.

நமது சமுதாயத்தில் பெரிய குறைபாடாக நான் கருதுவது, பிரதிபலன் எதிர்பார்ப்பது. அதாவது, "குறைவான வேலை; நிறைவான கூலி". நான் கொஞ்சம்தான் வேலை பார்ப்பேன்; ஆனால், எனக்கு நிறைய சம்பளம் வேண்டும். எழுதி வைத்துக் கொள்ளுங்கள். நீங்கள் எவ்வளவு வேலை பார்க்கிறீர்களோ, அவ்வளவுதான் சம்பளம் கிடைக்கும். வேலையின் தரத்திற்கேற்ற ஊதியம் மட்டும் கிடைக்கும்.

எவ்வளவு ஆசைப்பட்டிருந்தாலும், எவ்வளவு பெரிய ஆளாக வரவேண்டுமென்று கருதினாலும் அது கிடைக்காமல் போனதற்கான காரணம், அதற்கான முயற்சிகளில் நீங்கள் ஈடுபடாததுதான். செயல் இல்லையென்றால் நீங்கள் எதிர் காலத்திலும் எதையும் பெரிதாக சாதித்துவிட முடியாது. திட்டம் போட்டு நீங்கள் நடவடிக்கையில் இறங்கிவிட்டீர்களென்றால் நினைத்ததை சாதிக்க முடியும்.

பூமி உருண்டை என்று சொன்னபோது பலர் நம்பவில்லை. ஆனால் பெர்டினைடு மெக்கல்லன் உலகைச் சுற்றி வந்தபோது தான் அனைவரும் அதை நம்பினர். எனவே, சொல்லாதீர்கள்; செய்து காட்டுங்கள். அப்போது உங்களை உலகமே நம்பும்.

பெரிய ஆசைகளும் கை கூடும். நிலவிற்கே போய் வரலாம். இது வரை 12 பேர் வெற்றிகரமாகச் சென்று திரும்பிவந்துள்ளனர்.

30
ஆயிரம் மணி நேரத்தில் நிபுணராகலாம்

ஒரு தொழிற்சாலையோ, ஒரு மருத்துவமனையோ தொடங்க வேண்டுமென்றால் நிறைய மூலப்பொருள்கள் தேவைப் படுகின்றன. இடம், முதலீடு, வேலையாட்கள், ஒருங்கிணைப்பு (Organization). அதைவிட முக்கியமானது நேரம். மனிதனுக்கு இருக்கக் கூடிய மிகப்பெரிய சொத்து நேரம். தொண்ணூறு வயதுக்காரரிடம் போய் பெரிய சாதனை படைக்கச் சொன்னால், அவர் என்ன செய்வார்? நான் என்னங்க பெரிய சாதனை படைக்க முடியும்? எனக்கு நேரம் எங்கே இருக்கிறது என்பார். ஆனால், நீங்களெல்லாம் இளைஞர்கள். உங்களிடம் நிறைய நேரம் இருக்கிறது.

இந்த நேரத்தில் உங்கள் எதிர்காலத்தை நீங்கள் உருவாக்க முடியும். உங்கள் தலைவிதியை நீங்களே எழுதிக் கொள்ளலாம். ஐந்து வருடம் சென்றபின் கோவையில் நான்தான் பெரிய தொழிலதிபர். பத்து வருடம் சென்றபின் நான்தான் HCL கம்பெனியின் முதன்மை செயல் அதிகாரி (C.E.O) உங்களின் எதிர்காலத்தை உருவாக்க மற்றவர்களால் முடியாது; அது உங்களால் முடியும். ஏனென்றால் பயனுள்ள நேரம் உங்களிடம் தான் உள்ளது. அந்த நேரத்தைவிட விலைமதிப்புள்ளது இந்த உலகத்தில் வேறு எதுவுமே கிடையாது.

நூறு நாட்கள் ஒழுங்காகப் படித்தால் மருத்துவக் கல்லூரியில் இடம் கிடைக்கும். மருத்துவக்கல்லூரி அட்மிஷனுக்கு இன்றைய விலை நாற்பது லட்சம் ரூபாய். அப்படியென்றால் ப்ளஸ் டூ மாணவனின் ஒருநாள் உழைப்பின் விலை நாற்பதாயிரம் ரூபாய் என்று நான் ஒரு பள்ளியில் பேசிவிட்டு வந்தேன். அடுத்த ஆறு மாதங்கள் கழித்து தஞ்சாவூர் மருத்துவக் கல்லூரியிலிருந்து ஒரு மாணவி என்னிடம் பேசினாள். "சார்! நீங்கள் சொன்னது போல் நான் நூறு நாட்கள் படித்தேன். எனக்கு மருத்துவக்

கல்லூரியில் இடம் கிடைத்துவிட்டது. நாற்பது லட்சம் சம்பாதித்து விட்டேன்" என்றாள்.

நேரத்தின் முக்கியத்துவம் தெரிகிறதா உங்களுக்கு? பிளஸ் டூ படிக்கும் மாணவனுடைய ஒவ்வொரு நாள் முயற்சி நாற்பதாயிரம் ரூபாய்க்கு சமம் என்று நினைவில் கொள்ளுங்கள். இந்த நேரத்தில் நீங்கள் என்ன முயற்சி செய்கிறீர்களோ, அதன் அடிப்படையில் நீங்கள் மிகப்பெரிய சாதனைகளைப் படைக்க முடியும். எந்தத் தொழிலாக வேண்டுமானாலும் இருக்கட்டும், ஆயிரம் மணி நேரம் திட்டமிட்டு உழைத்தால், நீங்கள் ஒரு நிபுணராக மாற முடியும். இந்த ஆயிரம் மணி நேரத்தை நீங்கள் கவனமாக செலவு செய்தால் ஏதாவது ஒரு துறையில் நிபுணராக வரமுடியும்.

ஆயிரம் மணிநேரத்தை ஒதுக்கித் தாருங்கள். உங்களை ஒரு ஐ.ஏ.எஸ். அதிகாரியாக்கி விடுகிறேன். ஆயிரம் மணிநேரம் இசையைக் கற்றுக்கொள்ளுங்கள். நீங்களும் ஒரு தலைசிறந்த இசையமைப்பாளராக முடியும். ஆயிரம் மணி நேரம் திட்டமிட்டு தீவிரமாகப் ' படியுங்கள். தமிழகத்தின் முதல் மாணவன் நீங்கள்தான்.

நேரத்தின் விலையை மதிப்பிட முடிகிறதா உங்களால்?

31

சுய ஒழுக்கம்

கல்லூரியில் படிக்கும்போது எதிர்காலத்திற்கான பயிற்சியை நீங்கள் மேற்கொள்கிறீர்கள். நீங்கள் படிக்கும்போது சுய ஒழுக்கம் அவசியம். உங்களால் காலையில் ஐந்து மணிக்கு எழ முடிகிறதா? அல்லது வேறு யாரேனும் எழுப்பிவிட வேண்டுமா? ஐந்து மணிக்கு எழுந்தால் உங்களுக்கு வெற்றி நிச்சயம்.

எத்தனை பேர் வழக்கமாகப் படிக்கிறீர்கள்? உங்கள் அம்மா உங்களை எழுப்பிவிட்டு டீ போட்டுத் தருவார்கள். ஆனால் உங்களுக்காக அவர் படிக்கமுடியுமா? உங்களுக்காக துணி வாங்கித் தர முடியும், சாப்பாடு போட முடியும். மோட்டார் சைக்கிளில் கொண்டுவந்து விடமுடியும். ஆனால், அதே அப்பாவால் உங்களுக்காக தண்டால் எடுக்க முடியுமா? நீங்கள் தான் படிக்க வேண்டும். நீங்கள்தான் உடற்பயிற்சி செய்ய வேண்டும்.

மோட்டார் சைக்கிள் ஓட்டக்கூடிய மாணவர்கள் ஹெல்மெட் போடுகிறீர்களா? கோவை நகரில் மட்டும் ஆண்டுக்கு 285 பேர் வாகன விபத்தில் இறந்து போகிறார்கள். தமிழ்நாட்டில் சென்ற ஆண்டில் மட்டும் 28000 பேர் சாலை விபத்துக்களில் பலியானார்கள். இதையெல்லாம் காவல்துறையோ, உங்கள் தந்தையோ சொல்லி செய்வதை விட நீங்களாக செய்ய வேண்டும்.

கல்லூரியில் படிக்கும்போது நீங்கள் எதிர்காலத்தில், என்ன சாதிக்க ஆசைப்படுகிறீர்களோ அதற்கான பயிற்சி எடுத்துக் கொள்ள வேண்டும். படித்தால் மட்டும் போதாது. விளையாட்டில் ஈடுபடுங்கள். விளையாடும் போதுதான் தலைமைப் பண்புகள் வளரும். தலைமைப்பண்புகளை வளர்த்துக் கொள்ள வேண்டும். விடா முயற்சி, பணிவு, மன்னிக்கும் பண்பு சூழு மனப்பான்மை, ஒற்றுமை உணர்வு போன்ற பண்புகள் விளையாட்டு மைதானத்தில்தான் வளரும். சமீபத்தில் ஒரு மருத்துவக்கல்லூரியில் ‘ராகிங்’ புகார் வந்தது. ஒரு மாணவிக்கு

மற்றொரு மாணவன் தொலைபேசி மூலம் ராகிங் செய்வதாகப் புகார். அந்த மூன்றாம் ஆண்டு மாணவி பார்க்க அழகாகவே இருந்தாள். அந்த இறுதியாண்டு மாணவன் தொலைபேசியில் அழைப்பான். அந்தப்பெண் மறுமுனையில் 'ஹலோ' என்றதும் போனை துண்டித்து விடுவான். அந்தப் பெண்ணிற்கு ஒரு கஸின் பிரதர் இருந்திருக்கிறார். அவரிடம் சொல்லியிருக்கிறாள் அந்த மாணவி. அந்த கஸின் பிரதர், சீனியர்தான் போன் செய்கிறான் என்பதைக் கண்டுபிடித்து விட்டார். உடனே அந்தப் பெண், அந்த சீனியருக்கு போன் செய்து, 'ஏன் அவ்வாறு செய்கிறாய்' என்று கேட்டதற்கு 'அப்படித்தான் செய்வேன்' என்று பதில் வந்திருக்கிறது, பேச்சு முற்றி சண்டையாகி விட்டது. அந்த மாணவி கல்லூரி முதல்வரிடம் புகார் கொடுத்தாள். பெரிய அளவில் விசாரணை நடைபெற்றது. என்னிடம் அந்தப் புகார் வந்தது.

என்னவென்று பார்த்தால் இந்த மூத்த மாணவர் கடந்த மூன்று வருடங்களாக அந்தப் பெண்ணை விரும்பியிருக்கிறான். அந்த விருப்பத்தைச் சொல்லவேண்டும்; ஆனால் எப்படி சொல்ல வேண்டுமென்று தெரியவில்லை. அந்த மாணவன் மாவட்டத்தில் முதலிடம்; அகில இந்தியத் தேர்விலும் உயர்ந்த இடம் பெற்றவர்; இன்று ஒரு மருத்துவர். ஆனால் அவருக்கு, ஒரு பெண்ணிடம் தன் காதலைச் சொல்ல தைரியம் கிடையாது. உண்மையில் அந்தப் பெண் புகார் அளித்ததும் அவரை காவல்துறை கைது செய்து சிறையில் போடப் பார்த்தது; நான் தலையிட்டதால் விபரத்தை புரிந்து கொண்டு அவனை விடுவித்தேன். இந்த மாணவன் மதிப்பெண் எடுத்து என்ன பயன்? தைரியம் இல்லை; சுய கட்டுப்பாடு இல்லை. சுய ஒழுக்கம் இல்லை. ஒரு மாணவியிடம் தகாத முறையில் நடப்பது ஒழுக்கமற்ற செயல் என்பது டாக்டர் பட்டம் பெற்ற மருத்துவருக்கே தெரியவில்லை.

'மனித உறவு' திறமைகள் (Inter Personal Skills) வேண்டும். சுய ஒழுக்கமின்றி மனித உறவுகளை வளர்க்க முடியாது. சுய ஒழுக்கம் என்பது ஒரு வாகனத்தின் பிரேக் போன்றது. எதைச் செய்யவேண்டும்? எதைச் செய்யக் கூடாது என்ற கட்டுப்பாடு, ஒழுக்கம் உள்ளவருக்குத்தான் தெரியும். அளவோடு பேசுவது, அளவோடு சாப்பிடுவது அல்லது பொழுதுபோக்கில் ஈடுபடுவது என்பதெல்லாம் கட்டுப்பாடுகள். இக்கட்டுப்பாடுகளெல்லாம் சுய ஒழுக்கம் உள்ளவர்களுக்கு கைவந்த கலை.

32

போர் வீரனாக மாறுங்கள்

ஜப்பானியர்கள் உலகத்திலேயே வித்தியாசமானவர்கள், 1945ல் இரண்டாம் உலகப்போரின்போது ஜப்பான் தரை மட்ட மாக்கப்பட்டது, 1946ல் கடன் வாங்கி அனைத்து தொழிற் சாலைகளையும் ஆரம்பித்தார்கள். 1960ஆம் வருடத்தில் உலகிலேயே அதிகமாகக் கடன்வாங்கிய நாடு ஜப்பான், அதிகமாகக் கடன்கொடுத்த நாடு அமெரிக்கா. 1985ல் உலகிலேயே பொருளாதாரத்தில் மிகவும் உயர்ந்த நாடு ஜப்பான். அந்த ஆண்டில் அதிகமாகக் கடன்கொடுத்த நாடு ஜப்பான்; கடன் வாங்கிய நாடு அமெரிக்கா. ஜப்பானியர்களின் நம்பிக்கை, "மற்றவர்களால் செய்ய முடியும் என்றால் என்னால் செய்ய முடியும். மற்றவர்களால் செய்யமுடியாவிட்டால், நான் செய்தாக வேண்டும்" என்பதுதான்.

அடிப்படை அறிவு வேண்டும். ஒன்றாம் வகுப்பு முதல் பத்தாம் வகுப்பு வரையில் உள்ள பாடப் புத்தகங்களை மீண்டும் மீண்டும் படிக்கவேண்டும். அப்படிச் செய்தால் உங்களுக்கு அடிப்படை பொது அறிவு வந்துவிடும்.

நீங்கள் கல்லூரியில் படிக்கும்போது நன்றாக எழுதுவதற்கும், பேசுவதற்கும், பயிற்சி செய்யவேண்டும். கல்லூரியில் படிக்கும் காலத்தை லாபகரமாக பயன்படுத்துங்கள். உங்களுக்கு நிறைய நேரமிருக்கிறது; அதனால் நீங்கள் தான் பெரிய பணக்காரர்கள் என்றுகூட சொல்லிவிடலாம். நீங்கள்தான் சக்தி படைத்தவர்கள். உங்களிடம் ஒரு நாளைக்கு 24 மணி நேரம் இருக்கிறது. எட்டு மணி நேரம் தூங்குகிறீர்கள், எட்டு மணி நேரம் கல்லூரிக்கு வருகிறீர்கள். மீதியுள்ள எட்டு மணிநேரம் என்னவாயிற்று? யோசித்துப் பாருங்கள். இந்த எட்டு மணி நேரத்தில் நீங்கள் என்ன செய்கிறீர்களோ அதைப் பொறுத்துத் தான் உங்களுடைய எதிர்காலம் அமையும்.

டி.வி. சீரியல் பார்க்க நான்கு மணி நேரம் செலவு செய்கிறீர்களே, அந்த நான்கு மணி நேரத்தின் விலை என்ன தெரியுமா? நான்கு கோடி ரூபாய். அந்த நான்கு மணி நேரத்தில் உங்களுக்கு அறிவு வளர்ந்துவிடுமா? பேசும் திறமை வந்துவிடுமா? எழுதும் திறமை வளருமா? தலைமைப் பண்புகள் வந்துவிடுமா? ஒன்றும் வராது. எனவே, தயவுசெய்து நேரத்தை வீணாக்காதீர்கள். நான் சாதாரண சூழ்நிலையில் இருந்துதானே வந்திருக்கிறேன். எனது பெற்றோர்கள் படித்தவர்களில்லையே என்று நீங்கள் கேட்கலாம். என்னால் பெரிய சாதனைகள் செய்ய முடியுமா என்ற சந்தேகம் உங்களுக்கு வரலாம்.

இன்று தமிழகத்தில் இருக்கக்கூடிய முதல் நூறு தொழிலதிபர்கள் எதனை வைத்து தொழில் தொடங்கினார்கள் என்று தெரியுமா? நிச்சயமாக அதிகபட்ச பணத்தை வைத்து அவர்கள் தொழில் தொடங்கவில்லை. உங்களுக்கென்று சிறந்த யோசனைகள் இருக்கிறதா? செயல் திட்டம் இருக்கிறதா? உங்கள் மீது உங்களுக்கு நம்பிக்கை இருக்கிறதா? அதுதான் உண்மையான முதலீடு. துணிச்சல் இருக்கிறதா? அறிவிருக்கிறதா? அதுதான் மூலதனம்.

மகாத்மா காந்தி ஒரு பெரிய பிரிட்டிஷ் அரசையே எதிர்த்தார். சூரியன் மறையாத நாடு என்னுமளவிற்கு உலகின் அனைத்துப் பகுதிகளிலும் அவர்களுக்கு ஆதிக்கம் இருந்த நேரம், அப்போது அவர்களை எதிர்த்தார் மகாத்மா காந்தி. அவர் ராணுவம் வைத்திருந்தாரா? விமானப்படை வைத்திருந்தாரா? அவரிடம் ஒரு துப்பாக்கிகூட கிடையாது. மனதைரியம், துணிச்சல், சத்தியம், அன்பு இருந்தது.

உங்களுக்குப் பெரிய லட்சியம் இருந்தால் சொத்து தேவையில்லை, பணம் அவசியம் இல்லை. நீங்களும் பெரிய சாதனை படைக்க முடியும். ஒவ்வொரு மாணவனுக்கும் நல்ல மனப்போக்கு இருக்க வேண்டும். உரத்த சிந்தனை வேண்டும். என்னால் சாதிக்க முடியும்; என்னால் உயர் கல்வி கற்க முடியும், ஒரு விஞ்ஞானியாக வரமுடியும், என்ஜினியராக வரமுடியும் என்று நினைக்க வேண்டும். உழைப்பதற்கு தயங்கவே கூடாது. சுய ஒழுக்கம் வேண்டும், பத்து மணிநேரம் உழைக்க வேண்டும். நீங்கள் கல்லூரியில் படிக்கும்போது உங்கள் திறமை, அறிவு, தலைமைப் பண்புகள், மனப்போக்கு ஆகியவற்றை வளர்த்துக் கொள்ள வேண்டும். தொடர்ந்து முயற்சி செய்யுங்கள். தோற்றாலும்

முனைவர் சி.சைலேந்திரபாபு

பரவாயில்லை. பெரிதாக சாதிக்கவேண்டுமென்று நினைத்தால் ஆசைப்படுங்கள். முயற்சியில் இறங்குங்கள். உங்களுக்கென்று ஒரு போர்த்திட்டம் வேண்டும். எனக்கு என்னென்ன திறமைகள் இருக்கிறது, என்னால் என்ன சாதிக்க முடியும் என்று திட்டமிட்டு உங்களுக்கென்று ஒரு போர்த்திட்டம் உருவாக்குங்கள். போர் வீரராக மாறவேண்டும், பெரிய பெரிய போர்களில் யாருக்கு வெற்றி கிடைக்கும் என்று நினைக்கிறீர்கள்? நிறைய சிப்பாய்கள் வைத்திருக்கும் தளபதிகளுக்கு வெற்றி கிடைக்கும் என்பதில்லை.

வெள்ளைக்காரர்கள் இந்தியாவை எப்படிப் பிடித்தார்கள்? ராபர்ட் கிளைவ்தான் ஆங்கில ஆட்சியை இந்தியாவில் ஏற்படுத்தியவர். எதிரிகள் ஐம்பதாயிரம் பேர் இருந்தால் இவரிடம் வெறும் பத்தாயிரம் பேர்கள்தான் இருப்பார்கள்.

இந்தியப் படைகளுக்கு நேருக்கு நேராக மோதித்தான் பழக்கம். எனவே, தனது படையை மூன்று பிரிவாகப் பிரிப்பார். மூன்று பகுதிகளில் ஒன்றை நேர்முன் நிறுத்துவார். ஒன்றைப் பக்க வாட்டில், ஒன்றைப் பின்னாலும் நிறுத்துவார். போர் தொடங்கிய பிறகு இந்தியப்படையின் பக்கவாட்டிலிருந்து குண்டுகள் வரும் நிலை குலைந்து போவார்கள். அதற்குப் பெயர்தான் 'பிளாங்க் அட்டாக்'. இதுதான் போர்த் திட்டம்.

ஒரு பெரிய சாதனை படைக்கவேண்டும் என்று முடிவெடுங்கள். உங்களுக்கு வயதிருக்கிறது. என்ன சாதனை படைக்க வேண்டும் என்று எழுதிக் கொள்ளுங்கள். இன்று முதல் அதற்கான முயற்சிகளில் இறங்குங்கள். முயற்சியும் திட்டமிட்ட முயற்சியாக இருக்கவேண்டும். இந்த சாதனைக்காக என்னென்ன வழிமுறைகள் உள்ளன என்று திட்டமிட்டு அதற்கான முயற்சி களில் இன்றிலிருந்து ஈடுபடுங்கள். உங்களுடைய அறிவு, உங்கள் திறமை, உங்கள் மனப்பான்மை போன்றவற்றில் பெரிய மாற்றத்தை ஏற்படுத்துங்கள்.

காலையில் ஐந்து மணிக்கு எழும் பழக்கத்தை ஏற்படுத்துங்கள். நிறைய பயனுள்ள புத்தகங்களைப் படியுங்கள். நேரத்தை வீணாக்காதீர்கள்; அதுதான் உங்களுடைய சொத்து. பெயர், பொருள், பணம் அனைத்தையுமே நேரத்தை வைத்துத் தான் நீங்கள் சம்பாதிக்க முடியும். சினிமா, தொலைக்காட்சி, கிரிக்கெட் போன்றவற்றில் நேரத்தை முதலீடு செய்யாதீர்கள். அனைத்திற்கும் மேலாக உங்கள்மீது நீங்கள் நம்பிக்கை வையுங்கள்.

ஏழ்மை ஒரு தடையல்ல:

எங்கள் பெற்றோர்கள் மிகவும் ஏழைகள்; நாங்கள் உங்களைப் போல ஐ.பி.எஸ். அதிகாரியாக முடியுமா என்று சில மாணவர்கள் கேட்கிறார்கள். "உன்னுடைய இரண்டு கண்களையும் என்னிடம் கொடுத்துவிடு. நான் நூறு கோடி ரூபாய் தருகிறேன்" என்று யாராவது கேட்டால் கொடுத்துவிடுவோமா? கொடுக்க மாட்டோம். அப்போது, கண்ணின் விலை என்ன? நூறு கோடி ரூபாய். கைகள் இருக்கின்றன. கால்கள் இருக்கின்றன. பல கோடி சொத்துக்கு நிகரான உங்கள் உடம்பின் உரிமையாளர் நீங்கள். பணமில்லை என்பதால் ஒருவன் ஏழையாக இருக்க முடியாது. ஏழை மனப்பான்மையை கைவிடுங்கள். ஆசை உள்ளவரை, ஆற்றல் உள்ளவரை, இந்த உடல் உள்ளவரை நீங்கள் ஏழையல்ல.

எவ்வளவு பணக்காரனாக இருந்தாலும் அவன் மனதில் சாதிக்கவேண்டுமென்ற ஆசை இல்லாவிட்டால் அவன் ஏழைதான். பில்கேட்ஸ் இன்று உலகிலேயே பெரிய பணக்காரர். "ஏழையாகப் பிறப்பதில் தவறில்லை. ஆனால் ஏழையாகவே இறந்துபோவது உலகிலேயே மாபெரும் குற்றம்" என்றார் அவர். ஏழையாக இருந்தாலும் உங்களால் பெரிய சாதனைகள் படைக்க முடியும்.

இரண்டு கண்களும் தெரியாத லூயி பிரெய்ல் கண்கள் தெரியாதவர்களுக்கான எழுத்து முறையைக் கண்டுபிடித்தார். உலகின் மிகப்பெரிய இசையமைப்பாளரான பீத்தோவனுக்கு இரண்டு காதுகளுமே கேட்காது. அவர் எப்படி இசையமைத்தார் என்று கேட்பீர்கள். சிறு வயதில் அவருக்கு காது கேட்கும்; இருபது வயதுக்குப் பிறகுதான் காது கேட்காமல் போனது. தனக்காகவே இசை அமைத்தார். அதுவே உலகின் சிறந்த இசையானது.

உங்களால் மிகப்பெரிய சாதனைகளைப் படைக்க முடியும். நீங்கள் முயற்சி செய்யுங்கள்; நிச்சயமாக வெற்றி கிடைக்கும்.

"நீ விழுந்து கிடந்தால் சிலந்தியும் உன்னைச் சிறைப் பிடிக்கும்; ஆனால் நீ எழுந்து நடந்தால் இமயம்கூட உனக்கு வழி கொடுக்கும்".

முனைவர் சி.சைலேந்திரபாபு

அறிமுகம்

ஒரு நபர் மட்டும் உங்கள் வாழ்க்கையில் மிகவும் முக்கியமானவர். அவரைப் பற்றி நீங்கள் நன்கு அறிந்திருக்க வேண்டும். இவர் உங்களை உயர்த்த வல்லவர். உங்களுக்கு எல்லா வளங்களையும் தரவல்லவர். உங்களது தலையெழுத்தையும் நிர்ணயிக்கிற வல்லமை படைத்தவர். யார் இவர் என்று தெரியவேண்டும் என்கிற ஆசை இருக்கிறதா?

உங்களது அறையின் கதவை மூடுங்கள். கண்ணாடி முன் நின்று கண்களை இறுக மூடிக் கொள்ளுங்கள். சற்று சிந்தியுங்கள். உங்களை உருவாக்கவல்ல இந்த நபர் யாராக இருக்க முடியும்? அம்மாவா? அப்பாவா? நண்பனா? கடவுளா?

இப்போது உங்களது கண்களைத் திறந்து பாருங்கள். கண்ணாடியில் ஒருவர் தெரிவார். இவர்தான் உங்கள் தலையெழுத்தை எழுதும் வல்லமையுள்ளவர். இவருடைய பலம், பலவீனம் என்ன என்பது உங்களுக்குத் தெரியும். இவருடைய ஆசைகள், விருப்பங்கள், வெறுப்புகள் எல்லாமும் உங்களுக்குத் தெரியும். இவரைப் பற்றிய ஆராய்ச்சியில் ஈடுபட்டு இவருக்கு என்ன வேண்டுமென்பதைத் தெரிந்து கொள்ளுங்கள்.

உங்களுக்கு நீங்களே அறிமுகமாகுங்கள். அதற்குப் பிறகு உங்களை நீங்களே உயர்த்துங்கள்.

மீண்டும் சந்திப்போம்...